உங்களின் நிறைவான வாழ்வுக்கு வழிகாட்டி

DR. MRS. ஆனி டேவிட்

Made with ♥ on the Notion Press Platform
www.notionpress.com

பொருளடக்கம்

பொருளடக்கம்

ஆசிரியரிடமிருந்து சில மணித் துளிகள்

பிரியமானவர்களே,

இயேசு கிறிஸ்துவின் இனிதான நாமத்தில் உங்கள் அனைவருக்கும் என் இதயங்கனிந்த வாழ்த்துக்கள். ‘நான் ஏன் தேவனே?’ என்ற புத்தகத்தின் ஆசிரியராகிய நான் மறுபடியும் இப்புத்தகத்தின் வாயிலாக உங்களை சந்திப்பதில் மகிழ்ச்சி அடைகிறேன். இது கிருபையின் காலம். நாம் நிற்பதும் நிர்மூலமாகாதிருப்பதும் தேவனுடைய சுத்த கிருபையே. இயேசு கிறிஸ்துவின் இரண்டாம் வருகைக்கான அடையாளங்களெல்லாம் வேதத்தில் சொல்லப்பட்டுள்ளபடி இவ்வுலகில் நிறைவேறிக் கொண்டிருக்கின்றன. சாத்தானானவன் ஆத்துமாக்களை வஞ்சிக்கும்படியாய் பல வழிகளில் கிரியை செய்து கொண்டிருக்கிறான். குறிப்பாக அவன் வாலிபப் பிள்ளைகள் மத்தியில் கிரியை செய்து. அவர்களைத் தீயவழிகளுக்கு நேராய் வழி நடத்திக் கொண்டிருக்கிறான். இதன் மத்தியில் பெற்றோராகிய நமக்கு பிள்ளைகளை எப்படி வளர்ப்பது, எப்படி அவர்களை ஒரு உன்னத நிலைக்குக் கொண்டு செல்வது என்ற எண்ணங்களெல்லாம் அடிக்கடி மனதில் தோன்றுவதுண்டு. நாட்கள் பொல்லாதவைகளானதால் காலத்தைப் பிரயோஜனப்படுத்திக்கொள்ள நாம் கற்றுக்கொள்ள வேண்டும்.

‘வாலிபப் பிராயத்திலே உன் சிருஷ்டிகரை நினை’ என்ற வசனத்தின்படி குழந்தைகளை நாம் வழிநடத்த வேண்டும். நம்மை நாமே நேசிக்கிறவர்களாய், குழந்தைகள் மீது அன்பு கொண்டவர்களாய், மன்னிக்கிறவர்களாய் முன் மாதிரியான பெற்றோர்களாய் இவ்வுலகில் ஜீவிக்க வேண்டும். எதற்கும் சோர்ந்து போகாமல் தன்னம்பிக்கையுடன் செயல்படவேண்டும். நம்முடைய காலங்கள் தேவனுடைய கரத்தில் இருக்கிறது,எதைக் குறித்தும் நாம் கவலைப்பட வேண்டிய அவசியமில்லை. வீணான சிந்தனைகளைக் கொண்டு நம் மனதை குழப்பமடையச் செய்ய வேண்டாம். நம்முடைய வழிகளை கர்த்தரிடம் ஒப்புவித்து அவர் மேல் நம்பிக்கையாயிருப்போம். நம் வாழ்க்கையில் எழும் பிரச்சனைகள், அதற்கான தீர்வுகளை உங்களுக்கு இப்புத்தகத்தின் வாயிலாக அளித்திருக்கிறேன். புத்தகத்தைத் தொடர்ந்து வாசியுங்கள். இப்புத்தகம் உங்கள் வாழ்க்கைக்கு மிகவும் பிரயோஜனமுள்ளதாகவும், ஒரு வழிகாட்டியாகவும் இருக்கும் என நம்புகிறேன். தொடர்ந்து ஆதரவு நல்கும்படி வேண்டிக் கொள்கிறேன்.

இப்புத்தகத்தின் பின்பகுதியில் கொடுக்கப்பட்டுள்ள வினாப்பட்டியலில் உங்கள் கேள்விகள், சந்தேகங்களை எழுதி எங்களுக்கு அனுப்புங்கள். மேலும் தேவையான ஆலோசனைகளுக்கு எங்களைத் தொடர்பு கொள்ளலாம்.

நோக்கம்

'நான் ஏன் தேவனே?' என்ற புத்தகத்தின் ஆசிரியராகிய நான் அப்புத்தகத்தின் வாயிலாக என்னுடைய வாழ்க்கை சரிதையையும், இருபது ஆண்டுகள் கடினமான பணிகளின் மத்தியிலும் அயல்தேசத்தில் வாழ்ந்து பின் தேவனுடைய அழைப்பைப் பெற்று, அவருடைய வார்த்தைகளுக்குக் கீழ்படிந்து, இந்தியாவிற்கு வந்து, இந்தியக் கலாச்சாரத்தின்படி பிள்ளைகளை வளர்த்து, மீண்டும் இருபது ஆண்டுகள் ஆசிரியப்பணி செய்து, பள்ளி நிர்வாகத்தை நிர்வகித்துச் சென்ற பல அனுபவங்களை உங்களோடு பகிர்ந்து கொண்டேன்.

என் அன்பிற்குரிய வாசகர்கள், பெற்றோர்கள் மற்றும் நண்பர்களின் வேண்டுகோளிற்கிணங்க, குழந்தைகளை சிறந்த முறையில் வளர்ப்பதற்கான வழிமுறைகள், ஆலோசனைகள் மற்றும் வாழ்வில் ஏற்படும் சவால்களை வெற்றிக் கொள்வதற்குரிய அணுகுமுறைகள் இப்புத்தகத்தில் கொடுக்கப்பட்டுள்ளன. இது கடைசி காலம். மிகவும் நெருக்கடியான சூழ்நிலைகளில் நாம் வாழ்ந்து கொண்டு இருக்கிறோம். எங்கு பார்த்தாலும் பிரச்சனைகள், செய்தித்தாள்களில் வரும் துர்ச்செய்திகள், கொலைச் செயல்கள், மது, போதை மருந்துகளுக்கு அடிமையாயிருத்தல், கோபத்தினால் தற்கொலை நிகழ்வுகள், திருடுதல், பழிவாங்குதல் போன்ற பலவிதமான மனதை உலுக்கும் செய்திகள். இதற்கெல்லாம் காரணம் என்ன? பிள்ளைகள் சரியான முறையில் வளர்க்கப்படவில்லை என்பதே.

பார்வோன் ராஜா பிறப்பித்த கட்டளையின்படி ஆண்பிள்ளைகளை நதியிலே போடப்படும் தருணத்தில், மோசேயினுடைய தாய் (யோகெபேத்) அவனை மூன்று மாதம் ஒளித்து வைத்துப் பாதுகாத்தாள். இது ஒரு தாயினுடைய பாதுகாப்பு. மோசேயினுடைய சகோதரி மிரியாம், மோசேயை வளர்ப்பதற்காக அவனுடைய தாயையே பார்வோன் குமாரத்தியிடம் அழைத்துச் செல்கிறாள். தனக்குக் கொடுக்கப்பட்ட சந்தர்ப்பத்தில், மோசே பார்வோன் குமாரத்தியின் வீட்டில் வளர்வதற்கு தேவன் உதவி செய்தார். (எபிரேயர் 3:23) இது தேவனுடைய பாதுகாப்பு. அவருடைய திட்டம். தேவன் நமக்கு இலவசமாய் தந்த இந்த வாழ்வினை நாம் முறையாய் வாழக் கற்றுக்கொள்ளவேண்டும்.

நாம் எந்த வயதினராயிருந்தாலும் பரவாயில்லை. இனியும் நமக்கு வாய்ப்பு இருக்கிறது. இப்புத்தகத்திலுள்ள கருத்துக்களைப் புரிந்துகொண்டு சங்கீதம் 78:6-ம் வசனத்தின்படி இனி வரப்போகும் பின் சந்ததியாருக்கு எதையாவது ஒன்றை நாம் விட்டுச் செல்ல வேண்டும். இப்புத்தகத்தின் நோக்கமே 'மற்றவர்களை உருவாக்குவது' தான். எல்லா வயதினருக்கும் பொருந்தும் வகையில் தான் இப்புத்தகம் எழுதப்பட்டுள்ளது. நீங்கள் மாத்தி-

ரமல்ல பிறருக்கும் இப்புத்தகத்தை அறிமுகப்படுத்துங்கள். உங்கள் நிமித்தம் ஒரு ஆத்துமா இரட்சிக்கப்படக் கூடுமானால், அதினிமித்தம் பரலோகத்திலே மிகுந்த சந்தோஷமுண்டாயிருக்கும். அதற்கான பலனை நிச்சயம் தேவன் உங்களுக்கு தந்தருளுவார்.

தேவனே நீர் வேண்டும்

தேவனே, நீர் எனக்குக் வேண்டும். உமது மார்பில் நான் சாய்ந்துகொள்ள வேண்டும். நீர் எனக்கு கொடுத்த வாழ்வில், என்னை நம்பி என் கரங்களில் கொடுத்த பொறுப்புகளில் நல்ல உக்கிராணக்காரனாய் இருக்க என்னை வழிநடத்தும். குழந்தைகள் மென்மையானவர்கள். சிறியவர்கள். என்னுடைய பாதுகாப்பில் இருக்கின்ற இளம் வாலிபப் பிள்ளைகளை நல்ல முறையில் வளர்ப்பதற்கான கிருபையை எனக்கு அளிப்பதற்கு, இந்த வாழ்க்கைப் பயணத்தில் நீர் எனக்கு உதவ வேண்டும். உம் மார்பில் சாயவேண்டும். எப்பொழுதெல்லாம் உமது கிருபை எனக்கு தேவையோ, அந்நேரங்களிலெல்லாம் உமது கிருபையை எனக்கு அளித்து, மன்னிப்பு என்னும் வெற்றிப்பாதையில் சுதந்திரமாக வாழ கிருபை தாரும். தேவனே! என்னில் என் ஆழ்ந்த மனதில் இருக்கின்ற யுத்தங்களைஉமது சத்தியத்தினாலும், ஜீவனுள்ள வார்த்தைகளாலும் அமைதிப்படுத்தியருளும். என்னுடைய பார்வையையும், வழியையும் சிதறிவிடாதபடி, அவற்றை ஒருமுகப்படுத்தி, ஒவ்வொரு நாளும் இலக்கை நோக்கிச் செல்லஉதவி செய்தருளும். எதிரியாகிய சாத்தான் என்னுடைய பாதைகளில் கொண்டு வருகின்ற தடைகளையும் எரிகிற அம்புகளாய் இருக்கின்ற தீமைகளையும் மேற்கொள்ள எனக்கு உதவி செய்யும். சாத்தானுடைய வலைகளில் சிக்கிக்கொள்ளாதபடி என்னை விடுவித்தருளும். ஒவ்வொரு நாளும் உம்மில் வாழ நிலைத்திருக்க கிருபை புரியும். இவ்வுலகில் ஆவிக்குரிய யுத்தங்களில் நீர் என்னோடிருந்து என்னைப் பலப்படுத்தி உறுதியாய் நின்று ஜெயங்கொள்ள உதவி செய்யும். இயேசுகிறிஸ்துவின் தூய இரத்தத்தால் என்னைச் சுத்திகரித்து, நல்லதொரு புனிதமான வாழ்வை வாழ உதவி செய்யும். இயேசுவே! பிதாவின் சித்தத்தை நீர் நிறைவேற்றியது போல உம்முடைய சித்தத்தை நான் நிறைவேற்ற என்னை வழிநடத்தும். நீர் எனக்கு மன்னிப்பளித்து அனுதினமும் என்னில் பேசி உறவாடுவது போல, நானும் எனக்குள்ளேயே பேச, ஜெபிக்கத் துணை புரியும்.

பிறருக்கு மன்னிப்பை அளித்து, தேவன் இலவசமாய்க் கொடுக்கின்ற மன்னிப்பை பெற்றுக்கொள்ளக் கிருபை பாராட்டும். எதிரியாகிய சாத்தான் உரைக்கின்ற பொய்களை தைரியமாய் மேற்கொள்ள, கிறிஸ்துவில் நான் யார் என்பதைப் புரிந்துகொள்ள என்னை ஆசீர்வதியும். பரிசுத்தமான ஜீவியமே வெற்றியான விசுவாசத்தின் அடையாளம். உடைக்கப்படுதல் என்னும் அறிவானது அநேகருக்கு ஆசீர்வாதமாய் உள்ளது. இதுவே இயேசு திரளான ஜனங்களை போஷித்ததின் தத்துவமாய் அமைகிறது.

இயேசுவின் நாமத்தினாலே எல்லாச் சக்திகளையும் எதிர்த்து நிற்பதற்கு நான் அதிகாரம் எடுத்துக்கொள்கிறேன். எப்பொழுதும் உம்மில் நிலைத்திருந்து உம்மையே சார்ந்திருப்பேன் என உறுதியளிக்கிறேன். அதனால் எல்லாவற்-

றையும் தேவனே உம்முடைய பாதுகாப்பில் ஒப்படைக்கிறேன். அமர்ந்த தண்ணீர்களண்டையில் நீர் என்னை நடத்தி, நல்ல மேய்ச்சலைக் கொடுத்து உம்மோடு அமைதியான நேரத்தைச் செலவிட இரட்சகரே கிருபை தாரும். என் நாட்களை எண்ணும் அறிவை ஒவ்வொரு நாளும் நீர் எனக்குப் போதித்தருளும். நீர் என்னைக் கிருபையாய் ஆசீர்வதித்திருக்கிறீர். ஜெபத்தோடு நான் நடந்து செல்ல உதவி செய்யும். என் வாழ்க்கைப் பயணத்தில் நான் எடுத்து வைக்கின்ற ஒவ்வொரு காலடியும் உம்முடைய ராஜ்ஜியத்தினை சுதந்தரித்துக் கொள்வதற்காக. ஜெபத்திலே நான் தரித்திருக்கக் கற்பியும். நான் ஜீவிக்கின்ற ஒவ்வொரு நாளும் உம் வாயிலிருந்து புறப்படுகின்ற வார்த்தைகள் என் வாழ்வைத் தாங்குகின்ற ஆகாரமாய் இருக்கின்றன என்பதை நான் ஒப்புக்கொள்ள உதவிசெய்யும்.

பொதுவான முகவுரை

சவால்கள் நிறைந்த சூழ்நிலைகளினூடே நாம் கடந்து செல்லும்போது எப்படி நம் வாழ்வை ஒவ்வொரு நாளும் வாழ்ந்து கொண்டிருக்கிறோம்? நம்முடைய வாழ்வு பயனற்றதாக இருக்கிறதா? நம்முடைய ஜீவியத்தை கிறிஸ்துவின் அதிகாரத்தை விட்டு வெளியே வாழ்ந்து கொண்டிருக்கிறோமா? நம்மில் அநேகர் கிறிஸ்தவர்களாயிருந்தும் கிறிஸ்துவின் அதிகாரத்தை விட்டு வெளி-யேதான் தோல்வியுற்ற ஒரு ஜீவியத்தை நடத்திக்கொண்டிருக்கிறோம். நம்-முடைய வாழ்க்கையை கிறிஸ்துவுக்கு ஒப்புக்கொடுக்க ஆயத்தமுள்ளவர்க-ளாய் வாழ அழைக்கப்படுகிறோம். கிறிஸ்துவை நம்பி விசுவாசித்து அவரைத் தெரிந்து கொண்டு தீமையை வெற்றிச் சிறப்பதற்கு அவருடைய அதிகாரத்-தின் கீழ் வாழ விரும்புகிறோமா?

அசுத்த ஆவிகள் செயல்படுவது உண்மைதான் என்பதை தேவன் நமக்கு வெளிப்படுத்திக் காட்டியுள்ளார். நாம் அசுத்த ஆவிகளைக் குறித்து பயப்பட வேண்டிய அவசியமில்லை. ஏனெனில் இயேசு அசுத்த ஆவியின் வல்லமை-களை சிலுவையிலே வெற்றி சிறந்தார். அந்த வெற்றியானது அவருடைய சரீரமாகிய திருச்சபைக்குக் கொடுக்கப்பட்டிருக்கிறது. நாமும் கூட இயேசுகி-றிஸ்துவின் அதிகாரமுள்ள வல்லமையுள்ள நாமத்தினாலே பொல்லாத ஆவி-களின் பிடியிலிருந்து மக்களை விடுவிக்க முடியும்.

இயேசுவின் சீடர்கள் கூட படகில் பயணிக்கும் சமயத்தில் புயல் வீசும் தருணத்தில் இயேசு உறங்கிக் கொண்டிருந்ததைக் கண்டார்கள். இது போன்ற சம்பவங்கள் நம் வாழ்வில் நிகழ்வது உண்மைதானே நண்பர்களே. நம் வாழ்-வில் சந்திக்கின்ற ஒவ்வொரு பிரச்சனைகளும் நம்மை பயமுறுத்தி நம்மை ஆட்கொள்கின்றன. தேவன் நம்முடைய ஜெபத்தைக் கேட்கவில்லை அல்லது பதிலளிக்கவில்லை என நமக்குள் தோன்றுகிறதல்லவா? நாம் தேவனுடைய வார்த்தைகளை மறந்துவிட்டோம். நாம் அக்கரைக்குக் கடந்து செல்லத்தான் வேண்டும். (1) அக்கரை என்பது நித்திய நித்தியமாக தேவனோடு வாழப்-போகும் நித்திய வீடுஇது உறுதி. இந்த உலகத்தைக் குறித்துப் பயப்படுவதற்கு நமக்கு அங்கே என்ன இருக்கிறது (2) அவர் புயலையும் அமைதிப்படுத்-தக்கூடும் அல்லது புயலினூடே நம்மை அழைத்து செல்லவும் கூடும் (3) புயல் வீசும் பொழுது இயேசு நம்மோடு தங்கியிருக்கவும் கூடும். இந்த மூன்று காரியங்களும் நம் வாழ்வில் நேரிடக்கூடும். தேவனுடைய வார்த்தை நமக்காக இருக்கும்பொழுது நாம் அக்கரை சேர்வோம் என்பது உறுதி. தேவனுடைய வார்த்தைகளின் மேல் விசுவாசமுள்ளவர்களாய் நாம் வாழ வேண்டும். அப்-படி வாழ்பவர்களே அவருடைய சொந்தக் குடும்பத்தினர் ஆவர்.

யவீருவின் மகள் உயிர் பிழைத்ததின் மூலமாக ஒரு அற்புதத்தின் அனு-பவத்தை யவீருவின் குடும்பம் பெற்றுக்கொண்டது. உதிரப்போக்கின் மூல-

மாக அநேக வருஷங்கள் பெரும்பாடுகளை அனுபவித்த ஸ்திரீ சுகத்தைப் பெற்றுக்கொண்டாள். அதே அற்புதங்களின் மூலமாய் தேவன் நம்மை ஆசீர்வதிக்க சித்தமுள்ளவராய் இருக்கிறார். ஆனால் ஒன்றை மாத்திரம் நாம் நினைவிற்கொள்ள வேண்டும். இழந்துபோன ஆத்துமாக்களைத் தம்மில் சேர்த்துக்கொள்ளவும், அவரில் இளைப்பாறவும் தேவன் நம்மை எதிர்நோக்கிக் கொண்டிருக்கிறார். நிச்சயம் ஒருநாள் அவருடைய சமூகத்தில் நாம் இளைப்பாறுவோம்.

அவருடைய வருகைக்காகக் காத்திருக்கும் நாம் இவ்வுலகை விட்டு நம்மை மாற்றி இயேசுவோடு நித்தியம் நித்தியமாய் பரலோக ராஜ்ஜியத்தில் வாழ நம் வாழ்வில் அவரை அனுமதிப்போமா? நம்முடைய வாழ்க்கையின் வழித்தடங்கள் தெளிவாகக் கொடுக்கப்பட்டிருக்கிறது. இப்பூமியில் தேவன் நம்மில் எதை எதிர்பார்க்கிறார் என்பது நமக்குத் தெரியும். தெரியாது என்று யாரும் சொல்லமுடியாது. இயேசு இரண்டாவது முறையாக இவ்வுலகிற்குத் திரும்ப வரும்பொழுது நம்மைக் குறித்து அவர் வெட்கமடையக்கூடாது. நாம் அவருக்கு வேண்டும்.

பிரியமானவர்களே, தேவனுடைய இருதயத்தின் வேதனைகளை நம்மில் சுமக்கிறவர்களாக நாம் காணப்படவேண்டும். நமக்கென்று ஒரு வாழ்வை தேவன் வைத்திருக்கிறார். மனிதன் இழந்து போன வாழ்வைத் திரும்பப் பெறுவதற்காகவே அவர் தம்முடைய ஒரே குமாரனை இவ்வுலகிற்கு அனுப்பி சிலுவையில் ஒப்புக்கொடுத்தார். இதைத்தான் தேவன் நம்மிலும் எதிர்பார்த்துக்கொண்டிருக்கிறார். முழுமையான ஜீவியம் செய்து தேவகோபாக்கினைக்குத் தப்புவித்துக்கொள்வோம். கிறிஸ்துவின் சீஷர்களும், திருச்சபையினரும் இயேசுவை நம்பிக்கையாகக் கொண்டிருந்ததை நமக்கு வெளிப்படுத்துகின்றனர். நம் இருதயத்தின் வேதனைகளைச் சுமந்து தேவனை புறக்கணிக்கும் இந்த எதிர்மறையான உலகத்தை விட்டு வெளியேறி மனந்திரும்புதலுக்கு நேராகச் சென்று கிறிஸ்துவினிடத்தில் நம்மை ஒப்புக்கொடுப்போம்.

பிறர் நம்மைப் புகழ்வதற்காகவும், உடனடியான பிரதிபலனுக்காகவும் மிக இலகுவாக மக்கள் ஈர்க்கப்படுகிறார்கள். இதைத்தான் இவ்வுலகம் கைத்தட்டி வாழ்த்துகிறது. மக்களுடைய பாராட்டுதலை கவர்ந்திழுப்பதற்காக இவ்வுலகம் தரும் அழிந்துபோகின்ற ஆசீர்வாதங்களில் விழுந்துபோவதைவிட இயேசுகிறிஸ்துவின் இரண்டாம் வருகைக்கு ஆயத்தமாய் இருப்பதின் தேவைகளைப் பறைசாற்றுவதில் நாம் கவனமுள்ளவர்களாக இருக்கவேண்டும். தேவனுடைய நோக்கம் அல்லது திட்டத்தை நிறைவேற்றுவதற்குத் தேவையான நம்பிக்கையை அவர் நமக்குக் கொடுக்கிறவராய் இருக்கிறார். ஒருவேளை பாதைகள் மிகவும் கடினமானதாக இருக்கலாம். தேவன் நமக்கு அடைக்கலமும் பெலனும் ஆபத்துக்காலத்தில் அனுகூலமான துணையுமானவர் (சங்.46:1) என்று வேதம் சொல்லுகிறது. தேவனுடைய மகத்துவமான திட்டத்தை நாம் புரிந்துகொள்ளும்போது அவருடைய வாக்குத்தத்தங்களை உறுதியாகப் பற்-

றிக்கொள்ளும்போது அவர் நம்மை விட்டு விலகுவதுமில்லை, கைவிடுவது-மில்லை. நாம் அனைவருமே நம்முடைய பிள்ளைகளுக்காக மிகச் சிறப்-பானவற்றையே எதிர்நோக்குகிறோம். குறிப்பாக, பிள்ளைகளின் கல்விக்காக, திருமணத்திற்காக, அவர்களுடைய பாதுகாப்பிற்காக நம்மால் முடிந்தவற்றை-யெல்லாம் செய்து முதலீடு செய்கிறோம். ஆனால் இவ்வுலகம் தரும் வெற்-றியை நோக்கிய படிக்கற்களில் ஏறாமல் நம்மை நாமே பாதுகாத்துக்கொள்ள வேண்டும். நித்தியத்தைக் குறித்த பார்வையை நாம் இழந்துபோகாதபடி நம் வாழ்வில் மிகச்சிறப்பான காரியங்களைச் செய்பவர்களாக நாம் இருப்போம்.

நம்பிக்கையோடு கீழ்படிவோம்

நம்பிக்கையுடன் கூடிய ஒரு தாயின் நடவடிக்கை

யாத்திராகமம் 2:2-ல் மோசேயினுடைய தாய் அவனை மூன்று மாதங்கள் ஒளித்து வைத்தாள் என வாசிக்கிறோம். ஏனெனில் இந்தக் குழந்தை மிகவும் அழகுள்ளதாய்க் காணப்பட்டது. பிள்ளையின் தாயானவள் தன்னில் எழுந்த சிந்தனைகளையும், எண்ணங்களையும் அமைதிப்படுத்தி தேவனி-டத்தில் திரும்பி மோசேயைப் பாதுகாத்தாள். அவள் மோசேயை ஓடுகின்ற நதியில் அல்ல, சர்வ வல்லமையுள்ள தேவனுடைய கரத்தில் வைத்தாள். தேவனோடு அவள் கொண்டிருந்த நம்பிக்கைதான் முதற்படியாக இருந்தது. எபிரேயர் 11:23-ல் மோசே பிறந்தபோது அவனுடைய பெற்றோர்கள் மோசே அழகுள்ள பிள்ளையாய் இருந்தபடியினாலே விசுவாசத்தினாலே ராஜாவினு-டைய கட்டளைக்குப் பயப்படாமல் அவனை மூன்று மாதம் ஒளித்து வைத்-தார்கள் என வாசிக்கிறோம்.

ஒரு சகோதரியின் ஞானமுள்ள வார்த்தைகள்

மோசேயினுடைய மூத்த சகோதரியான மிரியாம் ஏழு வயது நிரம்பியவ-ளாய் இருந்தாள். அவள் பேசிய ஒவ்வொரு வார்த்தையும் ஞானமுள்ளதாய், அர்த்தமுள்ளதாய், மோசேயின் எதிர்காலத்தை குறித்ததுமாய் இருந்தது. யாத்திராகமம் 2 :7-ல் இந்தப் பிள்ளையை வளர்க்கும்படி எபிரேய ஸ்திரீ-களில் ஒருத்தியை நான் அழைத்துக்கொண்டு வரட்டுமாஎன்று பார்வோனின் குமாரத்தியிடம் மோசேயின் சகோதரி கேட்டதாகக் கூறப்பட்டுள்ளது. நம்மு-டைய வாழ்நாட்களிலும் அநேக வார்த்தைகள் பேசப்படுகின்றன, எழுதப்படு-கின்றன, பகிர்ந்துக் கொள்ளப்படுகின்றன. அவற்றில் எத்தனை வார்த்தைகள் மற்றவர்களின் எதிர்க்காலத்தை உருவாக்கும் ஞானமுள்ள வார்த்தைகளாய் இருக்கின்றன என்பதை ஆராய்ந்து பாருங்கள்.

சில தாய்மார்கள் நம்பிக்கையிழந்து தங்கள் குழந்தைகளுக்கு விஷம் கொடுத்தும், கழுத்தை நெரித்தும், தண்ணீரில் மூழ்கடித்தும் அவர்களை மரணத்திற்கு ஒப்புக்கொடுக்கின்றனர். ஆனால் தங்கள் குழந்தைகள் தேவனு-டைய கரத்தில் இருக்கின்றனர் என்பதை உணர்ந்து கொள்வதில்லை. தேவனே சகலத்தையும் படைத்தவர். நமக்கு ஜீவனைத் தந்தவர். சத்தியத்தின் ஒளியிலே நாம் இம்மாதிரியான சவால்களை சந்திக்க வேண்டியுள்ளது.

மோசே என்னும் மனிதனை மரணத்திலிருந்து விடுவித்து உயர்வான, அந்தஸ்தான குடும்பத்திற்கு எடுத்துச் சென்று பாதுகாத்தது எதுவென யோசித்துப் பாருங்கள்.

கிறிஸ்துவின் பணியில்,
Dr. Mrs. ஆனி டேவிட்

முன்னுரை - 1

வாசகர்கள் அனைவருக்கும் இயேசுவின் நாமத்தில் வாழ்த்துக்கள். எனது பெயர் திருமதி ஜேனட் பெர்னாண்டஸ். Dr. Mrs. ஆனி டேவிட் அவர்க-ளின் நெருங்கிய தோழியாக உடன் பணியாற்றியவர்களில் ஒருவர்.

'உங்களின் நிறைவான வாழ்வுக்கு வழிகாட்டி' என்ற இப்புத்தகத்திற்கு முன்னுரை எழுதும் வாய்ப்பு எனக்கு கிடைத்ததைக் குறித்து நான் பெருமை அடைகிறேன். எனது பூர்வீகம் பெங்களூர். நான் ஒரு கத்தோலிக்கத் திருச்-சபையைச் சார்ந்தவள். 1985-ம் ஆண்டு நானும், சகோதரி ஆனி டேவிட் அவர்களும் அபுதாபியிலுள்ள இந்தியன் பள்ளியில் ஒன்றாகப் பணியாற்றி-யவர்கள். நான் இரட்சிக்கப்படுவதற்கு முன்பு இயேசு மொழிந்த வார்த்தை-களை சிவப்பு எழுத்துக்களால் குறிப்பிட்டுக்காட்டும் ஒரு பரிசுத்த வேதாக-மத்தை நினைவாக எனக்குக் கொடுத்ததை இப்பொழுது நினைவுகூருகிறேன். இதுஒரு தெய்வீகத் தொடர்பு என்றுதான் நான் சொல்லுவேன். சகோதரி ஆனி டேவிட் அவர்களின் இடைவிடாத முயற்சியினாலும், ஜெபத்தினாலும் ஜெபக்கூட்டாண்மையில் நான் பங்குகொண்டு ஜெபித்ததாலும் தேவ கிருபை-யால் இரட்சிக்கப்பட்டேன். இரண்டு வருடங்களுக்கு பிறகு இயேசுவை என் சொந்த இரட்சகராக ஏற்றுக்கொண்டு ஞானஸ்நானம் பெற்றேன். நாங்கள் இருவரும் பணி செய்த இடங்களிலும், குடும்ப வாழ்விலும் எங்கள் சிறு-பிள்ளைகளுடன் சுறுசுறுப்பாக இயங்கிக்கொண்டிருந்த சமயம் ஒரு சவாலாக காணப்பட்டாலும் அச்சமயம் என் மனதிற்கு நிறைவான சந்தோஷத்தையும், பெலனையும், சமாதானத்தையும் கொடுத்தது. சகோதரி ஆனி டேவிட் அவர்-கள் ஒரு ஜெப வீராங்கனை. இயேசு கிறிஸ்துவை முழுமனதுடன் நேசிப்பவர்-கள். தன்னம்பிக்கையுடனும் உள்ளார்ந்த பெலத்துடனும் செயல்பட்டவர்கள். என்னுடைய பிரச்சனைகளை அவர்களிடம் பகிர்ந்துகொள்ளும் சமயங்களில் அதற்குச் செவிசாய்த்து, எனக்காக ஜெபித்து சிலுவைக்கு நேராக வழிநடத்-தியவர்கள். தேவ அழைப்பைப் பெற்று இறச்சக்குளம் கிராமத்தில்ஒரு பள்-ளிக்கூடத்தை நிறுவுவதற்காக இந்தியாவிற்கு வந்தார்கள். அவர்கள் இந்தி-யாவிற்கு வந்த பிறகு சுமார் 20 வருடங்களாக அவர்களுக்கும் எனக்கும் தொடர்பில்லாமல் போய் விட்டது. தேவனுடைய வழிகள் நம்முடைய சிந்-தையைக் காட்டிலும் மேலானது. கடந்த ஆண்டு தொலைபேசியின் மூலமாக என்னை தொடர்பு கொண்டு ஐக்கிய வேதாகம வகுப்பில் பங்கெடுக்கும்ப-டியான ஒரு நல்ல வாய்ப்பினை உருவாக்கித் தந்தார்கள். கிறிஸ்துவுக்குள் பிரியமான ஒரு நல்ல சகோதரியை தேவன் எனக்குக் கொடுத்திருக்கிறார். இவ்விதமாக தேவன் ஒரு நல்ல நோக்கத்திற்காகவே எங்களை மீண்டும் இணைத்திருக்கிறார். தேவன் நல்லவர். சகோதரி ஆனி டேவிட் அவர்கள் வாழ்வில் மலைகளையும் குன்றுகளையும் கடந்துசென்றதை நான் பார்த்தி-

ருக்கிறேன். எப்படியாயினும் தேவன் மேல் அவர்கள் கொண்டிருந்த அன்பு மாறவில்லை. நானும் இப்புத்தகப்பணியில் ஒரு தொகுப்பாளராகப் பணியாற்றியுள்ளேன். எல்லா வயதினருக்கும் பொருந்தும் வகையில் எளிய நடையில் ஆலோசனை தரும் ஒரு கையேடாக, பின் சந்ததியாருக்காக எதையாவது விட்டுச் செல்ல வேண்டும் என்ற அவர்களின் வேட்கையை நிறைவேற்றும் வகையிலும் பல ஆலோசனைகளுடன் எழுதப்பட்ட இப்புத்தகம் அனைவருக்கும் பயனுள்ளதாக இருக்கும் என நம்புகிறேன்.

தேவனுடைய அளவில்லாத அன்பிற்காக மீண்டும் நன்றி கூறுகிறேன்.

Mrs. ஜேனட் பெர்னாண்டஸ் B.Com., M.B.A

முன்னுரை - 2

இயேசு கிறிஸ்துவின் இனிதான நாமத்தில் அனைவருக்கும் என் நல்வாழ்த்துக்கள். மவுண்ட் சீனாய் பள்ளியின் முதல்வர் Dr. Mrs. ஆனி டேவிட் அவர்கள் எழுதும் 'உங்களின் நிறைவான வாழ்வுக்கு வழிகாட்டி' என்ற இப்புத்தகத்திற்கு முன்னுரை எழுதும் வாய்ப்பினை தேவன் எனக்குக் கொடுத்தமைக்காக அவருக்கு நன்றி செலுத்துகிறேன். நான் வடமாநிலத்தில் ஆசிரியப்பயிற்சியை முடித்து சுமார் 20 வருடங்களுக்கு மேலாக ஆசிரியையாக பணியாற்றிக் கொண்டிருக்கிறேன். 2018-ம் ஆண்டு மவுண்ட் சீனாய் பள்ளியில் ஆசிரியையாக பணியில் சேர்ந்தபொழுது Dr. Mrs. ஆனி டேவிட் அவர்களோடு பழகவும், அவர்களுடைய ஆசிரியைகளுக்கான சிறப்பு வகுப்புகளில் பங்குபெறவும் எனக்கு வாய்ப்புக் கிடைத்தது. குழந்தைகளை எப்படி வழிநடத்த வேண்டும், எங்ஙனம் அவர்களை உருவாக்கவேண்டும், அதற்கான அணுகுமுறைகள் என்ன என்பதையெல்லாம் இவர்களின் ஆலோசனைகளின் மூலமாக, அனுபவரீதியாக நான் உணர்ந்து இருக்கிறேன். பள்ளி வளாகத்தில் சுறுசுறுப்பாக வலம் வருவார்கள். காலந்தவறாமை என்பது இவர்களின் லட்சியங்களில் ஒன்று. மாணவர்கள் நலனில் மிகுந்த அக்கறை கொண்டவர்கள் மட்டுமல்லாமல், குறிப்பாக வாலிப பிள்ளைகளுக்காக உபவாசித்து ஜெபிப்பவர்கள். அழைக்கப்பட்டவர்கள் அநேகராய் இருந்தாலும் தெரிந்துகொள்ளப்பட்டவர்கள் சிலர் என்ற வசனத்திற்கு ஏற்ப தேவன் இவர்களைத் தெரிந்தெடுத்து அவருடைய நாம மகிமைக்காய் பயன்படுத்திக் கொண்டிருக்கிறார். அநேக பெற்றோர்களின், வாசகர்களின் வேண்டுகோளிற்கிணங்க மிகச்சிறப்பான ஆலோசனைகளுடன் இப்புத்தகத்தினை உருவாக்கியிருக்கிறார்கள். ஒரு ஆசிரியை என்னும் பொறுப்பில் நானும் Dr. Mrs. ஆனி டேவிட் அவர்களோடு இணைந்து இப்புத்தகப்பணியில் ஈடுபட்டுள்ளேன். பெற்றோர்களாகிய நமக்கும், இனி பெற்றோராகப் போகிறவர்களுக்கும் இப்புத்தகம் நல்ல நிலத்தில் விழுந்த விதைகளைப் போல பலன் தருவதாகவும், பயனுள்ளதாகவும் அமையும் என நான் விசுவாசிக்கிறேன்.

தேவன் தாமே இப்புத்தகத்தையும் ஆக்கியோனுடைய குடும்பத்தினர் அனைவரையும் ஆசீர்வதிப்பாராக!.

Mrs. இவாஞ்சலின் ஜெயரெத்தினம், B.E.Ed

முன்னுரை- 3

கிறிஸ்துவின் நாமத்தில் வாசகர்கள் அனைவருக்கும் என் நல்வாழ்த்துக்கள். Dr. Mrs. ஆனி டேவிட் அவர்களின் இரண்டாவது நூலாகிய உங்களுடைய நிறைவான வாழ்க்கைக்கு வழிகாட்டி என்ற இப்புத்தகத்திற்கு முன்னுரை எழுதும் வாய்ப்பினை தேவன் எனக்குக் கொடுத்தமைக்காக அவரைத் துதிக்கிறேன். நான் மவுண்ட் சீனாய் பள்ளியில் 2012-ம் ஆண்டு ஆசிரியையாகப் பணியில் சேர்ந்து, பின்பு தலைமை ஆசிரியையாகப் பொறுப்பு வகித்தேன். என்னுடைய கல்விப் பணியிலும், தனிப்பட்ட வாழ்க்கையிலும் பொறுமை, தாழ்மை, மன்னிப்பு போன்ற பல காரியங்களை Dr. Mrs. ஆனி டேவிட் அவர்களிடமிருந்து கற்றுக்கொண்டுள்ளேன். என்னுடன் பணியாற்றிய அனைத்து ஆசிரியைகளுக்கும்,எனக்கும் ஒரு சிறந்த ஆலோசகராக, வழிகாட்டியாக இருப்பவர்கள். ஆவிக்குரிய காரியங்களில் முன்மாதிரியாக திகழ்பவர்கள். எந்தச் செயலையும் திட்டமிட்டுச் செய்யக் கற்றுத்தந்தவர்கள். இன்று வரையிலும் என் வாழ்க்கையில் அதைப் பின்பற்றிக் கொண்டிருக்கிறேன். அனுபவ ரீதியாக அவர்கள் எழுதும் இந்த ஆலோசனைப் புத்தகம் பெற்றோராகிய நமக்கு ஒரு ஊன்றுகோலாகவும், குழந்தைகளை நல்ல முறையில் வளர்க்கவும் ஆண்டவருடன் கிட்டிச்சேர்க்கும் ஒரு அற்புத காந்த சக்தியாகவும் இருக்கும் என நம்புகிறேன். இதை வாசிக்கின்ற ஒவ்வொருவருடைய வாழ்க்கையிலும் மாற்றம் நிகழும் என்பதில் ஐயம் இல்லை. நிச்சயம் இப்புத்தகம் ஒரு வழிகாட்டியாக அமையும் என்பதில் உறுதியளிக்கிறேன்.

வாசகர்களாகிய அனைவரும் விடியலைக்காணவும், நம்பிக்கையைப் பெற்றுக்கொள்ளவும் என் மனமார்ந்த வாழ்த்துக்கள்.

Mrs. சித்ரா ராய், M.Sc. M.Phil., Ph.D.,

1

நம்மை நாம் நேசித்தல்

உங்களைப் பற்றி எப்படி உணருகிறீர்கள்?

எல்லா நேரமும் உங்களோடு தரித்திருப்பதைக் குறித்து சிந்திப்பதற்கு நீங்கள் நேரம் ஒதுக்கியதுண்டா? உங்களை நீங்களே விரும்பாமலிருந்தாலும் கூட, நீங்கள் மட்டும்தான் உங்களை விட்டு எப்போதுமே பிரியாதவர்கள். நீங்கள் உங்களோடு இணைந்து செல்லாவிட்டால் உங்களை நீங்களே வெறுப்பதற்கு ஆளாவீர்கள். ஆனால் உங்களை நீங்களே நேசிப்பது தேவையாய் இருக்கிறது. தேவன் அருளிய நல்ல வாழ்வை நீங்கள் அனுபவிக்க வேண்டும். தேவன் நம்மில் அன்புகூர்ந்தபடியினாலே அவருடைய சொந்தக் குமாரனாகிய இயேசு கிறிஸ்துவை நமக்குப் பலியாகத் தந்தருளினார். நாம் எவ்வளவு அவமதிக்கப்பட்டாலும், நம்மை நாமே வெறுத்து தேவனண்டை சேரும்பொழுது கிறிஸ்துவின் மேல் நம்பிக்கையுடையவர்களாய் தேவன் நம்மை ஏற்றுக்கொள்வார். நம்மை நாமே ஏற்றுக் கொண்டவர்களாய் தேவனுடைய ஏற்றுக்கொள்ளுதலை நாம் பெற்றுக்கொள்ள வேண்டும். தேவன் நமக்கு அருளிய வாழ்வினை மகிழ்ச்சியோடு நாம் அனுபவிக்க வேண்டும். ஆனால் அவ்வாறு செய்ய முடியாமல் இருப்பதற்கு என்ன காரணம்? உங்களில் நீங்கள் விரும்பாத காரியங்கள் என்ன? இன்றே உங்கள் மனதில் சிந்திக்கத் தொடங்கி ஒரு பட்டியல் தயார் செய்து, உங்களைக் குறித்ததான புதிய, நேர்மறையான எண்ணங்களைக் கொண்டு நல்லதொரு அணுகு முறையை உருவாக்க வேண்டும். நம்மை நாமே நிராகரித்து, சுயவெறுப்புடன் வாழ்வது கொடூரமான ஒரு காரியம். அதிகமான நேரங்களில் மனிதர்கள் தம்மில் அன்பு கூருவது இல்லை. தேவனிடமிருந்து அன்பையும், மதிப்பையும் பெற்றுக்கொள்வதைத் தவிர்த்து பிறருடைய கவனத்தையே நாடிச் செல்கிறார்கள். மற்றவர்களிடம் எதிர்பார்க்கின்ற எதிர்பார்ப்புகள் நிறைவேறாமல், நிராகரிக்கப்படும் பொருட்டு தங்களை நிராகரிக்கப்பட்டவர்களாக உணர ஆரம்பிக்கிறார்கள். இவ்விதமாக எதிர்மறையான உணர்வுகள் அதிகமாகும் போது நாம் சாத்தானுக்கு வாசல்களைத் திறந்து கொடுக்கிறோம்.

எதையுமே சரியாகச் செய்ய இயலவில்லை என்ற எண்ணத்தினால் எப்போதுமே எனக்கு ஒரு பய உணர்வு உண்டு

சில வேளைகளில் நாம் எதைச் செய்தாலும் இதைவிட இன்னும் நன்றாகச் செய்திருக்கவேண்டும் என்ற உணர்வு நம்மில் இருந்துகொண்டே இருக்கும். என்னுடைய குறைவுக-

ளினால் தேவன் என்மேல் அதிருப்தியுடையவராக, வெறுப்புடையவராக இருக்கிறார் என்ற உணர்வு நம்மை நம்பப்பண்ணும். தேவையற்ற பொய்யான உணர்வுகளை ஒதுக்கிவிட்டு தேவன் என்னுடைய எல்லாத் தவறுகளையும் மன்னித்துவிட்டார் என்று உணரவேண்டும். தேவன் நம்முடைய வருங்காலத்தை முன்குறித்து ஏற்கனவே திட்டமிட்டுவிட்டார். நாம் அன்பைப் பெற்றுக்கொள்வதற்குத் தகுதியற்ற நபர்கள் என்ற தவறான எண்ணங்களை மாற்றிக்கொள்ள வேண்டும். இவ்வாறு செய்வதினால் நாம் தன்னம்பிக்கை உடைய நபர்களாக மாறிவிடுவோம். அன்பினால் பிறரை வசீகரிக்கும், ஈர்க்கும் வலிமையுடையவராகவும் காணப்படுவோம்.

நம்முடைய சுயமதிப்பைப் பற்றி நம்பிக்கை இல்லாவிட்டால் அது நம்மைக் குழப்பமடையச் செய்து விடும

நமது வாழ்வில் நம்பிக்கையை இழக்கும்போது நாம் எடுக்கும் ஒவ்வொரு தீர்மானங்களும் உறுதி இல்லாமல் போய்விடும். இதைச் சரி செய்ய வேண்டுமானால் நம்மில் இருக்கின்ற சந்தேகம் நிறைந்த எண்ணங்கள் எங்கிருந்து வருகின்றன என்பதனைப் பகுத்தறிய வேண்டும். சுய இரக்கத்தை நம்மில் கட்டியெழுப்பி அதை நம் வாழ்வில் நடைமுறைப்படுத்தினால் அது நம்மிடம் உள்ள சுயமதிப்பையும் தன்னம்பிக்கையையும் உற்சாகமடையச் செய்யும்.

பயத்தை எதிர்கொள்ளும் விதத்தில் செயல்படுதல்

நம்மிடம் உள்ள பய உணர்வுகளை எதிர்கொள்வதற்காக நமக்குள்ளே ஒரு சவாலை ஏற்படுத்தவேண்டும். நம்மை நாமே விமர்சிப்பதைத் தவிர்க்கவேண்டும். நம்மிடம் இரக்க உணர்வுகொள்ள வேண்டும். எதிர்காலத்தில் நாம் யாராக இருக்க வேண்டும் என்பதை நமது கண்முன் காட்சிப்படுத்திக் கொள்ளவேண்டும்.

நாம் வெற்றி வாழ்க்கை வாழ்வதற்கு நினைவிற்கொள்ளவேண்டிய இரண்டு விதமான கோட்பாடுகள் எதுவெனில் இயேசுகிறிஸ்துவின் மேல் கொண்டுள்ள ஆழ்ந்த விசுவாசமும், தொடர்ச்சியான பிரியமும், வாஞ்சையுமாகும்.

நம்முடைய செயல்களின் மூலமாக, ஏற்றுக்கொண்டு தான் ஆகவேண்டும் என்னும் கட்டாயத்தின் பேரில் நாம் வாழ வேண்டிய அவசியமில்லை. நம்முடைய செயல்கள் நன்றாக இல்லாவிட்டால் தேவன் என்னைக் கைவிட்டுவிட்டார் என்று நாமாகவே நமக்குள் தீர்மானித்துக் கொள்கிறோம். இது நம்மில் பழகிப் போன ஒன்று. இந்தத் தவறுதலான மனநிலையினால் உண்மை மீண்டும் சிதைக்கப்படுகிறது. தேவன் நம்மை ஒரு போதும் தள்ளிவிடுகிறவர் அல்ல. தேவன் நம்மைக் கைவிட்டார் என்று நினைப்போமானால் அதுவே நம் வாழ்வில் உண்மையாக மாறிவிடுகிறது. நம்முடைய நம்பிக்கை மாறக்கூடியது, நிலையற்றது என்று அறியாமலேயே நம்முடைய உணர்வுகளை நாம் நம்பி விடுகிறோம். நமது உணர்வுகள் நம்பக்கூடிய ஒரு ஆதாரம் பெற்றதல்ல.

உண்மை என்னவென்றால் நமது வாழ்வில் தேவனுக்கு பிரியமான வாஞ்சை மிக அவசியமாயிருக்கிறது. அது எல்லாவற்றிலும் தேவனுடைய சித்தத்தைச் செய்யவும், தேடவும் தூண்டுகிறது. தேவனுக்குப் பிரியமாய் வாழ வாஞ்சிப்பவர்கள் எல்லா நேரங்களிலும் பூரணமடைந்தவர்களாய் இருப்பதில்லை. ஆனால் வாழ்வில் திருத்தம் காண வேண்டும் என்ற தீராத தாகத்துடன் முன்னேற்றப் பாதையில் கடந்துசெல்லவேண்டும் என்ற எண்ணமுடையவர்கள்.

எல்லாவற்றையும் பூரணமாகச் செய்யும் நபர்களையேதேவன் தேடிக்கொண்டிருக்கிறார் என்று வேதம் குறிப்பிடவில்லை. சுத்த இருதயமுள்ள, தேவனை நாடித்தேடும்இருதயத்தையே தேவன் விரும்புகிறார்.

II நாளாகமம் 16:9-ல் 'தம்மைப் பற்றி உத்தம இருதயத்தோடிருக்கிறவர்களுக்கு தம்முடைய வல்லமையை விளங்கப்பண்ணும்படி, கர்த்தருடைய கண்கள் பூமியெங்கும் உலாவி கொண்டிருக்கிறது' என்று சொல்லப்பட்டுள்ளது. நம்முடைய கிரியைகளில் நாம் உத்தமமாய் இருக்க முடியாது என்பது தேவனுக்குத் தெரியும். நாம் உத்தமமாய் வாழ்வதற்கு ஒரு இரட்சகர் தேவை. இல்லையெனில் நம்மை ஆளுகை செய்யும் தேவன் நமக்குத் தேவையில்லையே.

யோவான் 4:24- சொல்கிறது: தேவன் ஆவியாயிருக்கிறார். அவரைத் தொழுது கொள்ளுகிறவர்கள் ஆவியோடும் உண்மையோடும் தொழுதுகொள்ள வேண்டும் என்பதாக. இவ்வசனத்தின்படி ஆவியோடும் உண்மையோடும் தொழுது கொள்பவர்களையே தேவன் விரும்புகிறார். உண்மையாகவே பாசாங்கு செய்யும் நிலையில் இருப்பவர்களை தேவன் வெறுக்கிறார்.

I சாமுவேல் 16:7-கர்த்தர் சாமுவேலை நோக்கி : நீ இவனுடைய (எலியாப்) முகத்தையும், சரீர வளர்ச்சியையும் பார்க்க வேண்டாம். நான் இவனைப் புறக்கணித்தேன். மனுஷன் பார்க்கிறபடி நான் பாரேன். மனுஷன் முகத்தைப் பார்ப்பான். கர்த்தரோ இருதயத்தைப் பார்க்கிறார் என்றார்.

2

தன்னம்பிக்கை

தன்னம்பிக்கை என்பது என்ன?

தன்னம்பிக்கை என்பது தங்களைக் குறித்த தீர்ப்புகளையும் திறன்களையும் நம்பி, தங்களை அத்திறன்களுக்கேற்பத் தகுதியாக்கிக் கொண்டு, மற்றவர்கள் தங்களைக் குறித்து வைத்திருக்கும் நம்பிக்கையைத் தகுதியுள்ளதாக உணர்ந்து புரிந்து கொள்ளுதலே தன்னம்பிக்கையாகும். சுய செயல்பாட்டுத் திறனும், சுய மரியாதையும் தன்னம்பிக்கையோடு பயன்படுத்தப்படுகின்றன. ஆனால் அவை மிக நுட்பமான, வித்தியாசமான முறையில் செயல்படுத்தப்படுகின்றன.

உங்களுடைய திறன்களில் சில.

நம்பிக்கையானது ஒரு மென் திறனாகக் கருதப்படுகிறது. உங்களுடைய முக்கியமான திறமைகள் என்னஎன்பதனை நம்பிக்கையின் மூலமாகக் கற்றுக்கொள்ளவும், செயல்படுத்தவும் முடியும் என்று அனுபவங்கள் எடுத்துக்காட்டுகின்றன.

திறமைகள் என்பது என்ன?

கீழே கொடுக்கப்பட்டுள்ள திறன்கள் உங்களுடையதாக இருக்கலாம்

* பொதுவான இடங்களில் பேசும் திறன்

- எழுத்துத் திறன்
- சுய மேலாண்மை
- பிறருடன் தொடர்பு கொள்ளும் திறன்
- மெய் நிகர் உலகத்தில் செயல்படும் திறன்
- விமர்சிக்கும் திறன்
- தீர்மானிக்கும் திறன்
- முழு வளர்ச்சி

உங்களுடைய திறன்கள் எவை? பட்டதாரிப் பணியாளர்களில் தேடும் பத்து விதமான முதல் தரத் திறன்கள்

- **வர்த்தக ரீதியான விழிப்புணர்வு.**

இது எவ்வாறு ஒரு தொழில் (அல்லது) நிறுவனம் செயல்படுகிறது என்பதையும், எப்படி-அந்த வியாபாரத்தை (அல்லது) நிறுவனத்தை முன்னேற்றப் பாதையில் கொண்டு செல்வது என்பதைத் தெரிந்து கொள்ளுவதைப் பற்றியதும் ஆகும்.

- தொடர்பு கொள்ளும் திறன்
- குழுப் பணியில் தேர்ச்சி
- பிரச்சனைகளுக்குத் தீர்வு காணும் திறன்
- தலைமையேற்று நடத்துவதற்கான பண்பு
- ஏற்பாடு செய்யும் திறன்
- அழுத்தத்தின் மத்தியிலும் வேலை செய்யும் திறன்

நல்ல வேலையின் இலக்கு

நல்லதொரு குறிக்கோளை அமைத்தலும் அதைச் சாதிப்பதுமே பணியாளர்களுக்கிடையே புதிய சாதனைகளையும் நற்செயலையும் உருவாக்கி அவற்றில் வெற்றியடைவும், செயல் திறனை அதிகரித்து சிகர உயர்வை அடையவும் செய்கிறது. மிகச்சிறந்த இலக்குகள் நான்கு விதமான பகுதிகளை உள்ளடக்கியது. ஒரு சிறந்த பணியாளருடைய இலக்குகள் திட்டவட்டமானதாகவும், கால வரையறைக்குட்பட்டதாகவும் அளவிடக் கூடியதாகவும் இருக்கும்.

வலிமைக்கும் திறமைக்கும் உள்ள வேறுபாடுகள்

வலிமை என்பது ஒரு குறிப்பிட்டக்காரியத்தை கிட்டதட்ட முழுமையாக நிறைவேற்றி முடிக்கும் திறமையை அல்லது தகுதியை உருவாக்கித் தரும் திறனாகும். திறமைகள் என்பது இயற்கையாகவே நம்முடைய நினைவுகளிலும், உணர்வுகளிலும் தொடர்ச்சியாக நடைபெறுகின்ற, உபயோக ரீதியாக பயன்படுத்தும் அமைப்பாகும். தாலந்துகள் பிறவியிலேயே நமக்குள் இருப்பவை. எவைகளைக் கொண்டும் நாம் தாலந்துகளை முழுமையாகப் பெற்றுக்கொள்ள முடியாது.

தனிப்பட்ட மேம்பாட்டுத் திறன்

தொழில் ரீதியாகவும், தனிப்பட்ட முறையிலும் நாம் வளர்ச்சியடைவதற்கு உதவி புரியும் திறமைகளும் குணங்களுமே தனிப்பட்ட மேம்பாட்டுத் திறன்களாகும். இந்தத் திறன்களைப் புரிந்துகொண்டு அவைகளை மேம்படுத்தினால் உங்கள் ஆற்றலைப் பெரிதுபடுத்த இவைகள் உதவும். இந்த விதமான செய்முறையைத்தான் நாம் சுயவளர்ச்சி (அல்லது) சுயமேம்பாடு என்று அழைக்கிறோம். சுயவளர்ச்சிக்கான இலக்குகள் உங்களுடைய சுபாவங்களில், திறமைகளில், திறன்களில் முன்னேற்றமடைவதற்காக நீங்கள் உருவாக்கும் கருத்துக்களாகும். நம்மை நாமே மதிப்பீடு செய்வதற்கும், எந்தப் பகுதியில் நமக்கு சாத்தியமானவைகளை மேம்படுத்தி உச்சநிலைக்கு எடுத்துச் செல்வதைக் கண்டறிவதிலும் இந்த இலக்குகள் தொடர்பு கொண்டுள்ளன.

இவ்விதமாக சுய வளர்ச்சியை அடைவதற்கு ஒரு திட்டத்தை உருவாக்கி செயலாக்கம் செய்வதற்குத் தேவையான சில வலிமைகள் கீழே தரப்பட்டுள்ளன.

- உற்சாகம்
- நம்பிக்கைக்கு உகந்த தன்மை
- படைப்பாற்றல்
- ஒழுக்கம்
- பொறுமை
- மரியாதை
- மன உறுதி
- அர்ப்பணிப்பு

உங்கள் சுய மேம்பாட்டின் முன்னேற்றத்திற்காக நீங்கள் அன்றாட வாழ்வில் செய்ய வேண்டிய காரியங்கள்

- நீங்கள் உங்களில் மேம்படுத்த விரும்பும் திறன்களைப் பற்றிக் கற்றறிய வேண்டும்.

- நல்லதொரு வழிகாட்டியைக் கண்டுபிடிக்க வேண்டும்.

- ஒவ்வொரு நாளின் முடிவிலும் அன்றையச் செயல்பாடுகளை பிரதிபலித்துப் பார்க்க-வேண்டும்.

- உறுதியான செயலாக்கும் பயிற்சியை உருவாக்கிச் செயல்படவேண்டும்.

- உங்களை உந்தித்தள்ளும், உங்களுடன் இணைந்து கொள்ளும் பயிற்சியாளர்களைக் கண்டுபிடியுங்கள்.

- தண்டனை, வெகுமதிகளை உங்களுக்காக நீங்களே தரும் முறைகளை உருவாக்கிக்-கொள்ளுங்கள்.

- உங்களுடன் நேர்மையாக இருங்கள்.

சுய வளர்ச்சிக்கான இலக்குகளின் உதாரணங்கள்.

இவை உங்கள் சுயவளர்ச்சிக்கான பாதையில் மகிழ்ச்சியுடனும், தன்னம்பிக்கையுடனும் செயல்பட உதவி புரியும்.

- மற்றவர்களைப் புரிந்து கொண்டு, அவர்களின் உணர்வுகளைப் பகிர்ந்து கொள்ள வேண்டும்.
- தன்னம்பிக்கை
- கவனித்துக் கேட்கும் திறன்
- பயத்தை உங்கள் நண்பராக்கிக்கொள்ளுங்கள்
- உங்கள் உடல்மொழியை மேம்படுத்துங்கள்
- மற்றவர்களுடன் ஒத்துப்போகப் பழகுங்கள்
- தள்ளிப் போடுவதை நிறுத்திவிடுங்கள்

தனிப்பட்ட சுய முன்னேற்றம்

- உங்களுக்காக இலக்குகளை உருவாக்குங்கள். தினசரிவாழ்வின் இறுதியில் இலக்குகள், மாதாந்திர இலக்குகள் என தனிப்பட்ட இலக்குகளை உருவாக்கிச் செயல்படுதலை

பழக்கப்படுத்திக் கொள்ளுங்கள்.

- உங்களிடம் இருப்பவைகளுக்காக நன்றியுடன் இருங்கள்.
- முன்னோக்கிச் செல்லுங்கள்.
- உங்களுக்கு நீங்களே இரக்கமுள்ளவர்களாயிருங்கள்.
- ஒரு புத்தகத்தை வாசியுங்கள்.
- உங்களுடைய கடந்தகாலத் தவறுகளை மன்னியுங்கள்.
- உங்கள் பெலவீனங்களை ஒத்துக்கொள்ளுங்கள்.
- உங்களுக்கு சாதகமான இடத்திலிருந்து வெளியே வாருங்கள்.

வாசகர்களே, நம்முடைய சுய மேம்பாட்டின் முன்னேற்றத்திற்கு தன்னம்பிக்கை அவசியம் என்பதை அறிந்து கொண்டீர்களா? நம்முடைய திறமைகள், திறன்கள், குணங்கள் வேறுபட்டிருந்தாலும் நல்லதொரு குறிக்கோளை அமைத்து, அதை சாதித்துக் காட்டுதலே நல்லதொரு செயலாகும். ஆகவே நம்முடைய வலிமைகளை, திறன்களைப் பயன்படுத்தி, நம்முடைய இலக்குகளை உருவாக்கி, அவற்றைச் செயல்படுத்துவோம்.

வாழ்வின் இறுதியில் செய்யத் தவறிய, சொல்ல விரும்பிய தகவல்கள்

நம் வாழ்வின் இறுதி காலத்தை கண்முன் வைத்து இன்றிலிருந்தே செயல்படுவது அவசியம். எந்தவொரு செயலின் தொடக்கத்தை விட அதன் முடிவு தான் முக்கியம். எனவே என்றோ ஒருநாள் வரப்போகின்ற முடிவைக் குறித்து அக்கறை இல்லாதவர்களாய் வாழ்வோமென்றால் நம் வாழ்வில் தோல்வியையே சந்திக்க வேண்டியிருக்கும்.

உலகில் பிரபலமான மனிதர்கள், செல்வந்தர்கள், நிபுணர்கள் தங்கள் வாழ்வில் பெயரும் புகழும் பெற்று எவ்வளவு ஆடம்பரமாக வாழ்ந்தாலும், என்றாவது ஒருநாள் தங்களது வாழ்க்கைப் பயணத்தை முடிக்க வேண்டும் தானே? அவர்கள் சிறப்பான வாழ்க்கை வாழ்ந்தார்கள் என்று நாம் ஒருபோதும் கருதிவிட முடியாது. ஆகவேதான் மேலைநாடுகளில் அப்படிப்பட்ட மனிதர்களின் இறுதி நாட்களை மருத்துவ சேவை (Palliative Care) பெறும்படிக்கு வைத்து விடுவது உண்டு. இவ்விதமான அனுபவங்களின் வழியே கடந்து சென்ற Bonni Wane அவர்கள் Wikipedia வழியாக வெளியிட்ட அறிக்கைதான் இது.

மனிதர்கள் முதிர்நிலையில் மரிக்கும் முன் அவர்கள் வாழ்வின் அடிப்படைத் தேவைகளை அறிந்து நல்ல முறையில் கவனிப்பது வழக்கம். அந்தக் கடைசி தருணங்களில் அவர்களருகில் இருந்து பேசிப் பழகுவதற்கு, அதற்கென்று தேர்ச்சி பெற்ற, நல்ல அனுபவமுள்ள செவிலியர்களை அப்பணியில் ஈடுபடுத்துகின்றனர் என்று ஒரு ஆய்வு தெரிவிக்கிறது.

அந்தச் சூழல்களில், அவர்களோடுப் பேசி அவர்களின் இறுதி நாட்களில் அவர்கள் பிறருக்குச் சொல்ல வேண்டிய தங்கள் கருத்துக்கள், விருப்பங்கள், மன வேதனைகள், தாங்கள் வருந்தும் அல்லது தங்கள் வாழ்வில் செய்யத் தவறிய காரியங்கள், அவர்கள் இறுதியாகச் சொல்ல விரும்பும் காரியங்கள் இவ்விதமான பல கேள்விகளைக் கேட்டு, அந்த ஆய்வின் மூலமாகக் கிடைத்த தகவல்களை ஒரு பட்டியலிட்டு நான் அவற்றை உங்களிடம் பகிர்ந்துகொள்ள விரும்புகிறேன்.

கீழே தரப்பட்டுள்ள சில குறிப்புகள், மேற்கூறிய ஆய்வின் மூலம் எடுக்கப்பட்டவை. வாழ்வின் இறுதி அத்தியாயத்தின் கடைசி சிலநாட்களில் புத்தி தெளிவாய் இருக்கும் போது,

தம்முடைய வாழ்நாட்கள் எண்ணப்பட்டு விட்டது, இனி நான் வாழ முடியாது என்னும் ஒரு நிலையை எட்டும்போது, அவர்கள் அளித்த பதில்கள், மற்றும் பல மனிதர்களிடம் எடுக்கப்பட்ட நேர்காணலின் மூலம் கிடைக்கப் பெற்ற முடிவுகள் கீழே தரப்பட்டுள்ளன. கீழே சொல்லப்பட்டுள்ள சில குறிப்புகள், அதிலும் முதல் ஐந்து குறிப்புகளை பொதுவாக அநேகர் பகிர்ந்து கொண்டு தான் இறுதி முடிவை சந்தித்திருக்கின்றனர். இனி அவர்கள் வாழப் போவதில்லை. இனி ஒரு தருணம் அவர்களுக்கு வரப் போவதில்லை. வாழ்வின் கடைசி நேரம்தான் இது, வாழ்க்கையின் முழுக்காலத்தையும் தங்கள் கண்முன் நிறுத்தி, ஆராய்ந்து பார்க்கையில் அவர்களுக்கு கிடைத்த முடிவுகள் தான் இந்த அறிக்கை.

இவ்வறிக்கையில் கொடுக்கப்பட்டுள்ள முதல் ஐந்து குறிப்புகளைப் பொதுவாக அநேகர் தங்கள் மனதில் வைத்திருக்கின்றனர். தங்கள் வாழ்வு முடிகிற நேரத்தில் இவைகளைத் தன்னால் செய்ய முடியவில்லையே என்ற ஏக்கத்தை வெளிப்படுத்தும் வார்த்தைகள் தான் இவை. அவையாவன :

1. என் எதிர்பார்ப்புகளுக்கு ஏற்றபடி இணைந்து என்னால் வாழ முடியவில்லை. நான் விரும்பிய அல்லது எனக்கு விருப்பமான வாழ்வினை என்னால் வாழ முடியவில்லை.

2. என் வாழ்வில் நீண்ட காலங்களாக மிகவும் கடினமாக உழைத்திருக்கிறேன். இந்த உழைப்பு தேவையில்லை என்பதை இப்போதுதான் உணர்கிறேன்.

3. என் மனவிருப்பங்களைத் தைரியமாய் வெளிப்படுத்தக்கூடிய மனத்திடன் எனக்கு இல்லாமற்போய்விட்டது.

4. என் அன்பிற்குரியவர்களுடன் நான் தொடர்புகொள்ளாமல் போய்விட்டேன்.

5. நான் என்னை மகிழ்ச்சியுள்ள நபராக வைத்துக்கொள்ளாமல் வீண் துக்கம், கவலை, பயம் போன்ற எண்ணங்களுடன் மனநிறைவின்றி வாழ்ந்திருக்கின்றேன்.

இந்த ஐந்து காரியங்களும் ஒவ்வொரு மனிதனும் தன் இறுதி காலத்தில் வெளிப்படுத்தும் வார்த்தைகள் ஆகும்.

6. எப்போதும் நான் என்னைப் பிறருடன் ஒப்பிட்டுப் பார்த்து வாழ்ந்த படியால், நான் என்னைத் தனித்துவம் பெற்ற நபராகக் கருதி வாழமுடியாமல் போய்விட்டது.

7. என் குறிக்கோள்களை இன்று நிறைவேற்ற வேண்டாம். நாளை செய்யலாம் எனக் காலதாமதம் செய்து, என் வாழ்வின் குறிக்கோள்களை நிறைவேற்றப் பின்தங்கி விட்டேன்.

8. பல நல்ல தருணங்களை என் வாழ்வில் தவற விட்டு விட்டேன். வாழ்வின் கடினத்தைக் கணக்கில் வைத்து, தொடர்ந்து ஈடுபட்டு முன்னேறாமல் கிடைத்தத் தருணங்களை நழுவ விட்டு விட்டேன்.

9. என் மனதில் உள்ள அன்பை சரியான முறையில் வெளிப்படுத்தத் தவறிவிட்டேன்.

10. அநேக நேரங்களில் என் உள்ளத்தில் மனதிருப்தி அடையாமல் போய்விட்டேன்.

11. என் உடலைச் சரியாகப் பேணத் தவறி விட்டேன்.

12. பிறர் தந்த ஆலோசனைகளை ஏற்றுக்கொள்ளாமல் அசட்டை செய்துவிட்டேன்.

13. என் மனதிலிருந்த நீண்ட கால வைராக்கியம், விரோதம், கோபம் இவற்றை மனதில் வைத்துக்கொண்டு என் வாழ்நாளை வீணடித்து விட்டேன்.

14. என் வாழ்க்கையில் மகிழ்ச்சிக்கு நான் இடங்கொடாமல் மன அழுத்தம் நிறைந்த நபராகச் செயல்பட்டுவிட்டேன்.

15. வாழ்நாள் முழுவதையும் இரவு, பகல் என்று ஓய்வெடுக்காமல் வேலை செய்வதிலேயே செலவழித்துவிட்டேன். அந்த வேலைச் சுமையை சற்று குறைத்துச் செய்திருக்கலாம் என்று இப்போது வருந்துகிறேன்.

16. என்னைப் பற்றிய தன்னம்பிக்கை இல்லாமல் போய் விட்டேன்.

17. என் மனம் எனக்குக் கூறிய அறிவுரைகளை ஏற்க மறுத்து விட்டேன்.

18. தவறான நண்பர்களின் உறவுகளைத் தேடிக் கொண்டேன்.

19. பிறர் நலனைக் கருதாமல் சுயநலவாதியாக வாழ்ந்துவிட்டேன்.

மேலே குறிப்பிட்ட காரியங்களை பலரும் தங்களது இறுதி நாட்களில் கூறுகின்றனர் என்பது தான் உண்மை. உண்மையாகவே நம் வாழ்வின் சிறப்பான நல்ல சந்தர்ப்பங்களை நாம் தவறவிடும்போது, நம் வாழ்க்கையின் இறுதியில் இவ்விதமான துக்க உணர்வுகளோடு, மன நிறைவில்லாமல் விரக்தி அடைந்தவர்களாய்க் காணப்படுவோம். பணம் மாத்திரம் நிறைவான வாழ்வைத் தருவதில்லை. நம் வாழ்க்கைக்கு நாம்தான் உத்தரவாதி என்பதை உணர்ந்து இந்தப் பட்டியலில் கூறப்பட்ட ஒவ்வொரு காரியங்களையும் எண்ணிப் பார்த்து, ஆலோசனை செய்து அவைகளால் ஒன்றும் நமக்கு சம்பவிக்காதபடி வாழ்க்கையின் இறுதிக்கட்டத்தை நாம் எவ்விதமான மனக்குறைவுமின்றி நிறைவு செய்ய வேண்டும்.

நாம் யார் என்பதை இன்றே நிர்ணயித்துக் கொள்வோமேயானால் நம் வாழ்க்கையின் இறுதிக் கட்டம் நல்லதொரு முடிவைக் காண்பிக்கும். அந்த முடிவுக்கு நேராக வெற்றி நடைபோட, இந்நாட்களில் அதற்கேற்றபடி வழிநடத்தும்படி தேவனைச் சார்ந்து நிற்போம். வெற்றி நமதே.....!

3

கால நிர்வாகம்

இவ்வார்த்தையைக் கேட்கும்போது 'ஒரு பொறுப்பாளர்' என்ற எண்ணம் நமக்குள் தோன்றுகிறது அல்லவா. நேரம் என்பது ஒவ்வொருவருக்கும் இலவசமாகத் தரப்பட்டுள்ள ஒரு வெகுமதி. நேரம் நமக்கு இலவசமாகக் கிடைப்பதாலும், அதைத் தொட்டுப் பார்க்க முடியாத காரணத்தினாலும் நேரத்தின் முக்கியத்துவத்தை நாம் அறிந்து கொள்வதில்லை. அதை அறிந்து கொள்ளாத சமயத்தில் அநேக துன்பங்கள், தடைகள், இழப்புகள் நமக்கு ஏற்படுகின்றன. நாம் வாழும் ஒவ்வொரு நொடியும் மிக மிக முக்கியம். அது விலையேறப் பெற்றது.

உதாரணமாக சிலர் தங்களது இரயில் பயணங்களை சில மணித்துளிகளில் தவறவிட்டது உண்டு. ஏன்? சில நேரங்களில் உயிரையே இழந்தவர்களும் கூட உண்டு. காலம் பொன் போன்றது என்று கேள்விப்பட்டிருப்பீர்கள் தானே! அந்தப் பொன்னான நேரத்தை எவ்வாறாகச் செலவழிப்பது என்பதனைக் கண்டறிந்து செயல்படுவது மிக அவசியம். இதனைக் கண்டறிவதற்கு தங்களது நடவடிக்கைகள், எண்ணங்கள் மற்றும் உரையாடல்களைக் குறித்து வைத்துக்கொள்ள வேண்டும். இதன் மூலம் நமது நேரம் எவ்விதங்களில் செலவாகிறது என்பதை அறிந்துகொள்ளமுடியும்.

நாம் அனைவரும் அறிந்தபடியே நேரத்தை யாராலும் நிறுத்தி வைக்கமுடியாது. ஆங்கிலத்தில் ஒரு பழமொழி உண்டு. “Time and Tide waits for no-one.” அதாவது, நேரமும், கடல் அலையும் யாருக்காகவும் காத்திருப்பதில்லை என்பது தான் இதன் பொருள். ஒவ்வொரு நாளும் கடல் அலைகள் தானாக அடித்து, ஓய்ந்து, திரும்பவும் எழும்பும். இந்நிகழ்வும் இரவும் பகலும் தொடர்ந்து கொண்டே தான் இருக்கும். இது போலத்தான் பொழுது விடிவது, சூரியன் உதிப்பது, அஸ்தமிப்பது போன்ற நிகழ்வுகள் தானாகவே சம்பவிக்கின்றன. இது முடிவடைவதில்லை. எனவே காலத்தை நாம் நிர்வாகம் செய்து அதைச் சரியானபடிச் செலவிட முன் வர வேண்டும். 'காலம் மிகையற்ற ஒரு செல்வம்.'

ஒவ்வொரு நபருக்கும் 24 மணி நேரங்கள் அல்லது 86,400 வினாடிகள், நம் வாழ்நாள் என்னும் வங்கிக்கணக்கில் இருந்து ஒவ்வொரு நாளும் செலவு செய்ய தரப்பட்டுள்ளது. இதனை நாம் ஒவ்வொரு நாளும் எவ்வாறு செலவு செய்கிறோம் என்பதைப் பொறுத்தே நமது வளர்ச்சியும், வீழ்ச்சியும் அமைகிறது. பொன், பொருள், ஆஸ்தி இவற்றை எப்பொழுது வேண்டுமானாலும் சம்பாதிக்கலாம். ஆனால் கடந்துபோன காலத்தை மீண்டும் சம்பாதிக்க

முடியுமா? அது கடந்து போனால் போனது தான். நம் வாழ்வில் ஒருபோதும் அதைத் திரும்பப் பெற முடியாது. நேரம் என்பது திரும்பப் பெற முடியாத ஒரு மூலதனம். நாம் செலவிடும் நேரத்தைக் கண்காணிக்க நம்மால் மட்டுமே முடியும். இதனைச் சரியாக பயன்படுத்தியவர்கள் மட்டுமே உலகத்தில் சாதிக்கின்றனர்.

காலத்தை நிர்வகிப்பது என்பது ஒரு பயிற்சி

திட்டமிடுதல்

நாம் அனைவரும் ஒவ்வொரு நாளும் நேரத்தைத் திட்டமிட்டுச் செலவிட பழகிக்கொள்ள வேண்டும். ஒரு வேலையை சரியான விதத்தில் செய்கிறோமா? அவ்வேலையைச் செய்வதில் எத்தனை முறை கவனச் சிதறல் ஏற்படுகிறது? அவ்வேலையில் காலத்தாமதம் ஏற்படுகிறதா? என்பதனைக் குறித்து வைத்துக்கொள்ள இந்தப் பயிற்சி நமக்கு மிகவும் உதவுகிறது.

சரியான கால அளவைப் பின்பற்றித் திட்டமிடப்படும் எந்தச் செயலும், வேலையும் வெற்றிக்கு வித்திடும் என்பதில் சந்தேகம் இல்லை. குறிப்பிட்ட நேரத்தில் நமது வேலைகளைச் செய்து முடிக்கவேண்டும் என்று திட்டமிட்டாலொழிய, வெற்றியை நெருங்குவது என்பது மிகவும் சிக்கலான ஒன்றாகிவிடும்.

திட்டமிடுதலின் முக்கியத்துவம் பெரும்பான்மையானவர்களுக்கு விளங்குவதில்லை. திட்டமிடாத பட்சத்தில், குறித்த நேரத்திற்குள்ளாக வேலைகளைச் செய்யாமல் நாம் தவற விட்டு விடுகிறோம். சில நேரங்களில் மிகவும் அவசியமான வேலைகளின் முக்கியத்துவத்தை அறியாமல் அதைச் செய்யத் தவறிவிடுகிறோம்.

திட்டமிடுதலை சில பிரிவுகளாகப் பிரித்துச் செயல்படுவதன் மூலம் எளிதாக நம் வேலைகளைச்செய்து முடிக்கும் திறனைப் பெறமுடியும். அப்பிரிவுகள் பின்வருமாறு :

1. அவசரமான மற்றும் முக்கியமான வேலை.
2. முக்கியமானது ஆனால் உடனடியாக செய்ய வேண்டியதில்லை.
3. வாய்ப்புகள் வரும்போது செய்துகொள்ளும் வேலை.
4. முக்கியமில்லாத மற்றும் அவசரமற்ற வேலை.

மேற்கூறிய பிரிவுகளை நாம் கவனத்தில் வைக்காமல் செயல்படும்போது சில நேரங்களில், முக்கியமில்லாத வேலைகளைச் செய்ய நேரிடுகிறது. எனவே தான் எவை முக்கியமானவை, அவசரமானவை மற்றும் முக்கியமில்லாதவை, அவசரமில்லாதவை என்பதனைக் கணித்துச் செயல்படும் போது நமக்குள் ஒரு சிறப்பான திட்டமிடுதல் அமைகிறது.

திட்டமிடுதலின் முக்கியத்துவம்

சரியான குறிக்கோளும், திட்டமிடுதலும் இல்லாதபோது எந்த வேலையைச் செய்யப் போகிறோம் என்ற குறிக்கோள் நமக்குள் இல்லாமல் போய்விடும். சில வேலைகளைக் குறிப்பிட்ட நேரத்திற்குள் செய்து முடிக்கவேண்டும் என்ற ஒரு தீர்மானம், நேரத்தைக் (dead line) குறித்து வைக்காவிட்டால் அவைகளை நீண்ட நேரமாகச் செய்யவோ அல்லது செய்யாமலோ அவ்வேலைகள் தடைப்பட்டு போய்விடுகிறது. இதனால் தொடர்ந்து செய்ய இருக்கும் அடுத்தடுத்த காரியங்கள் செய்யாமல் தடைப்பட்டுப் போக வாய்ப்புண்டு. எனவே குறித்த நேரத்தில் தங்கள் வேலைகளைச் செய்து முடிப்பது மிகவும் முக்கியம். இதற்குத் திட்டமிடுதல் மிகவும் உதவியாக அமைகிறது.

நேரத்தைப் பட்டியலிடுதல்

நம்முடைய வாழ்வின் அன்றாட செயல்பாடுகளை நாம் பல்வேறு பிரிவுகளாகப் பிரித்து, அவற்றைப் பட்டியலிடும் போது, வீணாகப் போகின்ற நேரத்தை நாம் சேமித்து, அந்த நாளில் எத்தனையோ முக்கியமான காரியங்களைச் செய்ய முடியும். அந்நேரத்தில் நாம் செய்ய முடியாது என்று எண்ணிய காரியங்களையும், இழந்துபோன வாய்ப்புகளையும் செயல்படுத்துவதற்கு முக்கியமான ஒன்றாகக் கருதப்படுவது ஒரு நேரப் பட்டியல். எனவே ஒரு பட்டியல் தயார் செய்வது எப்படி? அதன் முக்கியத்துவம் என்ன? இவற்றைப் பற்றி விரிவாகக் காண்போம்.

நேரப் பட்டியல் தயார் செய்யும் விதம்

கண்டிப்பாக நேரப் பட்டியல் தேவை என்று நாம் யோசிக்கும்போது, அதற்கு முதலில் நம்மைத் தயார் செய்ய வேண்டும். இதைக் கருத்திற் கொண்டு நம்மைத் தயார் செய்யும் போது, நம்முடைய தவறுகளை நாமே புரிந்துகொண்டு அதைச் சரி செய்து கொள்ள முடியும். பட்டியலில் ஒவ்வொரு நாளின் 24 மணி நேரத்தில் நாம் என்னென்ன வேலைகளைச் செய்ய வேண்டும் என்பதைக் குறிப்பிட வேண்டும்.

உதாரணமாக 8 மணிக்கு நான் இதைச் செய்வேன் என்றும், 9 மணிக்கு நான் இதைச் செய்வேன் என்றும் நாம் செய்யும் வேலைகளுக்கு அதற்குரிய நேரத்தையும் குறித்து பட்டியலோடு இணைத்துக்கொள்ள வேண்டும். இதற்கு இடையூறாக இருக்கும் காரியங்கள் என்ன? மற்றும் காரணம் என்ன? என்று நம்மை நாமே கேள்வி கேட்கும்போது அவற்றில் சரி செய்ய வேண்டிய விஷயங்களை நாம் புரிந்துகொண்டு செயல்பட வேண்டும். இதன் மூலம் நமது பணிகளைச் சரியாகப் பட்டியலிட்டு அதைச் செய்து முடிக்கும் ஆற்றல் நமக்குள் உருவாக வாய்ப்பு உண்டாகிறது.

நீங்கள் பட்டியலிட்டு வேலைகளைச் செய்து முடிக்கும் பட்சத்தில் அதைக் குறியீடு (Tick √) செய்வது நல்லது. இது புதிய வேலைகளை நமது பட்டியலில் சேர்க்கவும், எஞ்சி இருக்கும் நேரத்தைக் காட்டவும் உதவுகிறது.

ஒரே மாதிரியான வேலைகளை ஒன்று திரட்டி அவற்றை ஒரே நேரத்தில் செய்து முடிக்கும் திறன் நமக்குத் தேவை.

நாமே எல்லாப் பணிகளையும் செய்ய நினைக்கும் போது, நம்மால் அவற்றைச் செய்து முடிக்க இயலுவதில்லை. நேரமும் அதிகமாகச் செலவழிகிறது. காலதாமதம் செய்யும் பழக்கத்திலிருந்து நம்மை விடுவித்துக்கொள்ள, சில வேலைகளை, அதற்குரிய திறன் பெற்றவரிடம் ஒப்படைக்கவேண்டும். இதை நாம் கண்டுபிடித்துச்செயல்பட வேண்டும். இவ்வாறு நேரப்பட்டியல் தயார் செய்து, திட்டமிட்டுச் செயல்படும்போது நாம் அதிக நேரம் வீணாவதைத் தடுக்கலாம்.

வேலைகளின் வகைகள்

இவ்வுலகில் வாழும் ஒவ்வொரு உயிரினத்திற்கும் அவற்றிற்குரிய தனிப் பொறுப்புகள் உண்டு. இதில் மனித இனம் அனைத்து உயிரினங்களிலும் மேன்மையானது. ஆதியிலே தேவன் மனிதனை ஆணும் பெண்ணுமாகப் படைத்தார். இவ்விருவருக்கும் வேறுபட்ட பொறுப்புகள் உண்டு. இதனையறிந்து, நாம் செய்யும் ஒவ்வொரு வேலைகளையும் திறன்படச் செய்ய முயல வேண்டும்.

பொதுவாக நாம் வேலை செய்யும் விதத்தினைப் பொறுத்து, வேலைகளை இரண்டு வகைகளாகப் பிரிக்கலாம். அவை 1. மிதமான வேலை (அல்லது) மேலோட்டமாக செய்யும் வேலை (Shallow work) 2. அதிக முக்கியத்துவம் கொடுத்துச் செய்யும் வேலை (Deep work).

அன்றாட வாழ்வில் நாம் செய்யும் வேலைகளை மேற்கூறியவாறுபிரித்துச் செயல்படுவோ-மாயின்விலையேறப்பெற்றநம் நேரம் வீணாவதைத் தவிர்க்க முடியும்.

எந்தெந்த வேலைகளை மேலோட்டமாகச் செய்ய வேண்டும் என்றும், எவற்றை முக்கி-யத்துவம் கொடுத்துச் செய்ய வேண்டும் என்றும் நாம் அறிந்து செயல்படவேண்டும்.

சில வேலைகளை நாம் மேலோட்டமாகச் செய்வதன் காரணமாக அதில் அநேகத் தவறு-கள் ஏற்பட வாய்ப்புகள் உண்டு. சில வேலைகளை அதிக முக்கியத்துவம் கொடுத்துச் செய்-வதால் நமது பொன்னான நேரம் வீணாகிறது.

எனவே எவற்றிற்கு அதிக முக்கியத்துவம் கொடுத்து செய்ய வேண்டும்,எவற்றை மேலோட்டமாகச் செய்யவேண்டும் என்பதனை அறிந்து செயல்பட்டால், நாம் வாழ்நாளில் அதிகப்படியான நேரத்தை சேமித்துக் கொள்ளலாம்.

நேரத்தின் அதிகாரி யார்?

நம்முடைய நேரத்திற்கு நாம் தான் அதிகாரி. ஒரு அதிகாரிக்கென்று, சில தனிப்பட்ட அதிகாரங்கள் உண்டு. ஒவ்வொருவருக்கும் தரப்பட்டுள்ள 24 மணி நேரத்திற்குள் முக்கி-யமற்ற வேலைகளை நாம் தவிர்த்து, முக்கியமான வேலைகளைக் கருத்திற்கொண்டு, நான் இதை இப்பொழுது கண்டிப்பாகச் செய்துவிடுவேன், இதைச் செய்வதில்லை, என்று வேலை-களுக்கு முக்கியத்துவம் கொடுத்து நாம் நமக்குள்ளே கட்டளை கொடுத்து ஒரு நியமத்தை ஏற்படுத்திக் கொள்ள வேண்டும். இதற்கு யாரும் இடையூறாக இருக்க அனுமதிக்கக் கூடாது. அவ்விதம் இடையூறு வருமேயானால், அதை முன்கூட்டியே உறுதி செய்து, அந்த இடை-யூறுகளை மாற்றுவதற்கு வழிகாண வேண்டும்.

நாம் நமக்குச் சொல்லும் உறுதிகளை நிறைவேற்ற முயற்சி செய்யும்போது, இடையூறாகக் காணப்படுகிற எல்லாக் கதவுகளையும் மூடிவிடவேண்டும். நாம் செய்யும் ஒவ்வொரு வேலை-களுக்கும் இடையில் சிறிது இடைவேளை எடுத்துக்கொள்ளவேண்டும்.

நாம் வேலை செய்யும் போது இடையூறாக ஏற்படுகின்ற மின்னஞ்சல்கள், தொலைபேசி அழைப்புகள் போன்ற பல காரியங்களுக்கு இடைவேளை நேரத்தில் பதிலளிக்க வேண்டும். நாம் சாதிக்க நினைக்கும் செயல் (அல்லது) நமது வேலைக்குத் தொடர்பாக உள்ள எண்-ணங்கள், நடவடிக்கைகள், உரையாடல் மற்றும் அவற்றை முன்னேற்றப் பாதையில் எவ்-வாறு கொண்டு செல்வது போன்ற எண்ணங்களில் நமது முழுக் கவனத்தையும் செலவிடுதல் வேண்டும். (இடையிடையே தேவையற்ற நேரங்களில் கவனச் சிதறல் ஏற்படாமல் பார்த்துச் செயல்படுவது நல்லது.)

நமது காலப் பட்டியலில் குறித்து வைத்துக்கொண்ட, மேல் மட்டத்தில் இருக்கின்ற வேலைகளுக்கு முன்னுரிமை மற்றும் போதிய நேரம் ஒதுக்கிச் செயல்படவேண்டும்.

நேரத்தை எவ்விதம் பயனுள்ளதாகச் செலவிடலாம்

பொதுவாக நேரத்தை ஒழுங்குபடுத்துதல் மூலம் நம் வாழ்வில் அதிக நேரத்தைசரிவரப் பயன்படுத்த முடிகிறது. அலுவலக வேலை அல்லது வெளி வேலைகளை அங்கேயே முடிக்-

கும்படியான முயற்சியை மேற்கொண்டால் அவைகளின் மூலம் வீட்டு வேலைகளில் குழப்பங்கள் வராமல் தடுக்கலாம். 'சுவர் இருந்தால் தான் சித்திரம் வரைய முடியும்' என்ற பழமொழிக்கேற்ப 6 முதல் 7 மணி நேரத் தூக்கமும், அன்றாட உடற்பயிற்சியும், வேலைகளில் முழு ஆர்வத்தோடு செயல்படுவதும் மிகவும் இன்றியமையாததாகும்.

முடிந்தவரை நம் வேலைகளில் நம்மைத் தொந்தரவு செய்யாதபடி சில வரைமுறைகளை (Boundary) நாம் உருவாக்கிக்கொள்ள வேண்டும். முக்கியமான பணிகளில் ஈடுபடும்போது, பிறர் நம்மைத் தொந்தரவு செய்யாமல் இருக்க உங்கள் அறையின் வெளியே 'தொந்தரவு செய்யாதீர்கள்' (Do not Disturb) போன்ற வாசகங்களை எழுதி பயன்படுத்தப் பழகுங்கள்.

தொலைபேசி (அல்லது) கைபேசி மற்றும் இணையதளம் போன்ற வற்றிற்கு ஒரு குறிப்பிட்ட நேரம் ஒதுக்கப் பழகிக் கொள்ளுங்கள். எந்த வேலையைச் செய்தாலும் ஒரு குறிப்பிட்ட நேரத்திற்கு இடைவேளை எடுத்துக்கொள்வது மிகவும் அவசியம். இது உடலுக்கும் மனதிற்கும் புத்துணர்ச்சியைக் கொடுக்கும். மேலும் இந்த இடைவேளை முழு ஈடுபாட்டுடன் வேலையைச் செய்து முடிக்க உறுதுணையாக அமையும்.

ஒழுங்குப்படுத்துதல் ஒரு முக்கியமான காரியம். நம் கணினி மேசையானாலும் சரி, அதில் நாம் அன்றாடம் பயன்படுத்தும் புத்தகங்கள், எழுதுகோல் மற்றும் ஆவணங்கள் இவற்றை ஒழுங்குபடுத்தி வைப்பது அவசியம். இது வேலையைத் துரிதப்படுத்துவதோடு சரியான நேரத்தில் செய்துமுடிக்கவும் உதவுகிறது.

தொடரும் இடையூறுகள், சந்திப்புகள், கூட்டங்கள், மின் அஞ்சல்கள், தொலைபேசி அழைப்புகள் ஆகியவற்றை மிகவும் புத்திசாலித்தனமாகத் திட்டமிட்டு, நம் வேலைகளுக்கும், கடமைகளுக்கும் இடையூறு வராதபடிக்கு அவற்றைக் கவனமாகக் கையாள வேண்டும்.

நேரத்தை ஒழுங்குப்படுத்துவதினால் ஏற்படும் பயன்கள்

நம் வேலைகளை பட்டியலில் உள்ள வரிசையின்படியே அந்தந்த நேரத்திற்குள் செய்து முடிக்கும்போது நமக்குள் ஒரு உத்வேகம் (motivation), உற்சாகம் மற்றும் அடுத்தடுத்த வேலைகளைச் சீக்கிரமாக செய்துமுடிக்க வேண்டும் என்ற இலக்கு (goal) நம்மில் உருவாகிறது. இதனால் நம் இலக்குகளை அடைவதற்கும், எதிர்காலத்தில் வெற்றியைக் கண்டு கொள்வதற்கும், நம் வாழ்க்கையை முன்னேற்றத்தை நோக்கிச் செயல்படுத்துவதற்கும் இது முக்கியமான காலக்கட்டம் என்பதனைக் கண்டுகொள்ளமுடியும்.

நேரத்தின் பகைவன் யார்?

அநேகர் எவ்வளவுதான் அழகாகத் திட்டமிட்டாலும், கால அட்டவணையைப் போட்டுவிட்டாலும், அந்த நேரம் வரும்போது அதைச் செய்யத் தவறிவிடுகின்றனர். இதற்கு முக்கிய எதிரிகளாக நம்மில் உள்ள கவனச் சிதறல், சோம்பல் மற்றும் பலதரப்பட்ட இடையூறுகள் தான் காரணங்களாக அமைகின்றன.

நமது வேலைகளைச் செய்யும்போது வேறு எங்கும் (எதிலும்) கவனத்தை நாம் செலுத்தாமல் செய்தால், நாம் குறித்த நேரத்தில் சிறப்புடன் செய்து முடிக்க நம்மால் முடியும். இடையிடையே தேவையற்ற நேரங்களில் கவனச்சிதறல் ஏற்படாமல் பார்த்துச் செயல்படுவது மிகவும் நல்லது.இந்தக் கவனச் சிதறல் நாம்நமது வேலைகளைச் செய்யும் போது ஏற்படும் நேரத்தை விட அதிகக் கால அளவை எடுத்துக் கொள்கிறது. பணிகளில் இடையூறுகளை

விளைவிக்கிறது. எனவே நாம்கருத்தாகச் செயல்பட்டு இந்தக் காரியங்களை உன்னிப்பாகக் கவனித்துச் செயல்படவேண்டும்.

அடுத்தபடியாக சோம்பல், இது நம் நேரத்தைப் பாழாக்கும், கண்ணுக்குப் புலப்படாத ஒரு எதிராளி. இச்சோம்பலை நாம் மேற்கொண்டால் மட்டுமே நம் வேலைகளில் தொய்வுகளைத் தவிர்க்க முடியும். அவ்வாறு மேற்கொள்ளாத பட்சத்தில் குறிப்பிட்ட நேரத்தில் செய்து முடிக்க வேண்டும் என்று எண்ணிய வேலையைச் செய்யாமல் காலத்தைக் கடத்திக் கொண்டே இருக்க நேரிடும். இறுதியில் அவ்வேலையினை முடிப்பதற்கான நேரத்தை இழந்து, மனச்சஞ்சலமும் அந்த வேலையைச் செய்ய இயலாதபடி குழப்பமும் ஏற்பட நேரிடும். எனவே இதைத்தவிர்க்க நாம் குறித்த நேரத்தில் அவ்வேலையைச் செய்து முடிக்க வேண்டும் என்ற எண்ணம், உந்துதல் எப்பொழுதும் நம்மில் இருந்து கொண்டேயிருக்கவேண்டும்.

இறுதியாக இடையூறுகள் நமக்குப் பிரியமானவர்கள் மூலமாகவோ (அல்லது) வெளிப்புறச் செயல்பாடுகள் மூலமாகவோ ஏற்படலாம். எந்த நேரத்தில், என்னென்ன இடையூறுகள் ஏற்பட வாய்ப்புகள் உண்டு என்பதை ஒவ்வொரு நாளும் முன்கூட்டியே கணித்து அதற்கேற்ப நமது வேலைகளைச் செய்து முடிப்பது நமக்கு நலமாக இருக்கும்,

மேற்கூறிய எதிராளிகள் நாம் நம் வேலைகளைக் காலதாமதமாகச் செய்வதற்கு முக்கிய காரணங்களாக அமைகின்றன. இவை நம்மில் காலதாமதம் என்ற பழக்கத்தினை ஏற்படுத்த வாய்ப்புகளுண்டு. ஆகவே விழிப்புடன் செயல்பட்டு காலத்தின் அருமையை உணர்ந்து நேர மேலாண்மையைப் பின்பற்றி வாழ்வில் வெற்றிப் படியேறி சாதனைகள் படைத்திட முன் வருவோம்.

4

நம் நாட்களை எண்ணும் அறிவு

'என் நாட்களை எண்ணும் அறிவை எனக்கு போதித்தருளும்' சங்கீதம் 90:12-ல் 'நாங்கள் ஞான இருதயமுள்ளவர்களாகும்படி எங்கள் நாட்களை எண்ணும் அறிவை எங்களுக்குப் போதித்தருளும்' என்று மோசே ஜெபிக்கிறார். ஒவ்வொரு நாளையும் நித்திய நோக்கத்துடன் செலவு செய்வதே ஞானத்தைப் பெற்றுக்கொள்ளும் வழியாகும். நம் சிருஷ்டிகர் நித்தியத்தை நம் உள்ளத்திலே வைத்திருக்கிறார் (பிரசங்கி 3:11). நமக்கு நேரத்தைக் கொடுத்த தேவனிடம் நாம் ஒவ்வொரு நாளையும் குறித்துக் கணக்கு ஒப்புவிக்கவேண்டும். இதை நினைவிற்கொண்டு நேரத்தை நாம் சரியான முறையில் பயன்படுத்த வேண்டும். சரித்திரத்தை நாம் வாசிக்கும்போது இயேசுவைப் பின்பற்றிய தேவ மனிதர்களே இவ்வுலகில் அரிய பெரிய காரியங்களைச் சாதித்தார்கள். மறுவாழ்வின் முக்கியத்துவத்தை மனதில் கொண்டே அவ்விதம் செயல்பட்டனர்.

சங்கீதம் 90:10-ல் மோசே வாழ்வு மிகக் குறுகியது என்று நமக்கு ஞாபகப்படுத்துகிறார். அது சீக்கிரமாய்க் கடந்து போகிறது. நாங்களும் பறந்து போகிறோம் என்று மிகத் தெளிவாக எடுத்துரைக்கிறார். தேவனிடத்தில் எங்கள் நாட்களை எண்ணும் அறிவை எங்களுக்குப் போதித்தருளும் என்று கேட்கின்றார். நமது நாட்களை எண்ணுவதற்கு ஒரே வழி அதை உணர்ந்து கொள்வதே. நம்முடைய கால அட்டவணையைத் திட்டமிடாவிட்டால், வேறொருவரால் அதைச் செய்ய முடியும். எது உண்மையாகவே முக்கியமானது என்று அறிந்து அதற்கு முக்கியத்துவம் அளித்து ஆயத்தம் செய்யவேண்டும்.

இயேசு கிறிஸ்துவில் கொண்ட விசுவாசத்தின் மூலமாக இரட்சிப்பைப் பெற்றுக்கொள்ளும் வழியைக் கற்றுகொள்வதற்குத் தான் வேதம் நமக்குக் கொடுக்கப்பட்டிருக்கிறது. அந்த இரட்சிப்பின் வழிதான் அவரில் வாழ, வழிநடத்துகிறது. வேதத்தை வாசித்து அதன் மகத்துவங்களை அறிந்துகொள்ள ஒவ்வொரு நபராலும் முடியும். இருப்பினும் நம்முடைய நித்தியமானது வேத வசனங்களைச் சார்நதே இருக்கிறது என்பதை நாம் அறிந்திருக்க வேண்டும்.

நேர மேலாண்மையைக் குறித்து வேதம் என்ன கூறுகிறது

நேர மேலாண்மை மிக முக்கியமானது. ஏனென்றால் நமது வாழ்வு இப்பூமியில் மிகக் குறுகியது. இவ்வுலக வாழ்வு சிறிதுகாலமே என்பதை யோசித்து பார்க்க வேண்டும்.

சங்கீதம் 39:4, 5. 'இதோ, என் நாட்களை நாலு விரற்கடையளவாக்கினீர். என் ஆயுசு உமது பார்வைக்கு இல்லாதது போலிருக்கிறது. எந்த மனுஷனும் மாயையே என்பது நிச்சயம்'

தாவீது குறிப்பிடுவது போல நம்முடைய வாழ்நாட்கள் நிலையற்றதும், மாயையானதுமாயிருக்கிறது.

யாக்கோபு 4:14. 'நாளைக்கு நடப்பது உங்களுக்குத் தெரியாததே. உங்கள் ஜீவன் எப்படிப்பட்டது? கொஞ்சகாலந் தோன்றிப் பின்பு தோன்றாமற்போகிற புகையைப் போலிருக்கிறது' - என்று எடுத்துக் கூறுகிறது. கடந்துபோகிற நம் வாழ்க்கை மிகச்சிறியதே. நாம் வாழ வேண்டுமானால் தேவன் நம்மில் ஜீவிக்கவேண்டும். அவர் நமக்காக இவ்வுலகில் கொடுத்த நாட்களை மிகச் சிறந்த முறையில் பயன்படுத்த வேண்டும்.

பவுலடியார் எபேசிய திருச்சபைக்கு எழுதிய கடிதத்தில் 'நாட்கள் பொல்லாதவைகளானதால் காலத்தைப் பிரயோஜனப்படுத்திக் கொள்ளுங்கள்' என்றும் ஞானமுள்ளவர்களைப் போல கவனமாய் நடந்து கொள்ளுங்கள் என்றும் நமக்கு வலியுறுத்துகின்றார். ஞானமுள்ளவர்களாய் வாழ்வது நம்முடைய நாட்களை, நேரத்தை கவனமாகச் செலவிடுவது போன்றதாகும்.

லூக்கா 10:2-ன்படி 'அறுப்பு மிகுதி. வேலையாட்களோ கொஞ்சம்' என்பதை அறிந்து பிறருக்கு சாட்சியாய், நம்முடைய வாழ்க்கை ஒரு எடுத்துக்காட்டாய் இருக்கும்படி நாம் வாழவேண்டும்.

I யோவான் 3:17, 18-ல் சொல்லப்பட்டது போல நம்முடைய அன்பு உண்மையானதாக இருக்கவேண்டும்.

நம்முடைய பொறுப்புகளும், அழுத்தங்களும் நம்முடைய கவனத்தை ஈர்த்துக்கொள்கிறது என்பதற்கு எவ்வித சந்தேகமுமில்லை. ஏராளமான காரியங்கள் நம்மை பல்வேறு திசைகளுக்கு இழுத்துச் சென்று, இவ்வுலக வாழ்விற்கு நேராக நம்முடைய நேரங்கள் செலவிடப்படுகின்றன. இவ்விதமான காரியங்களுக்காக உங்கள் வாழ்வில், எவ்வளவு நேரத்தை நீங்கள் ஒதுக்கியிருக்கிறீர்கள் என்று தீர்மானித்துப் பாருங்கள். வேறு எந்த காரியத்திற்காக உங்கள் நேரத்தை ஒதுக்கியிருக்கிறீர்கள்?

உங்களுடைய முக்கியத்துவங்களையும், கடமைகளையும் பட்டியலிட்டு, அதில் மாற்றங்கள் உருவானால் தேவனிடத்தில் வழிகாட்டக் கெஞ்சுங்கள். உங்களுடைய மனதில் முன்னுரிமை கொடுக்க நினைத்த காரியங்களைப் பிரதிபலிக்கச் செய்து, நேரத்தைச் சரியான விதத்தில் செலவு செய்யுங்கள்.

நேரத்தைக் குறித்து பரிசுத்த வேதம், நமக்கு இவ்வுலக சிற்றின்பங்கள் அழிந்துபோகும். ஆகையால் நித்தியத்தை நோக்கி நமது வாழ்வு இருக்கவேண்டும் என்று ஆலோசனை தருகிறது. ஆகவே தேவன் நமக்காக வைத்திருக்கிற இலக்கை நோக்கி நாம் முன்னேறிச் செல்வோம். தேவனுடைய வார்த்தைகளை வாசிப்பதற்கும், அவரைத் தெரிந்துகொள்வதற்கும், ஜெபிப்பதற்கும், தேவனோடு நிலைத்திருப்பதற்கும் நம்முடைய நேரத்தைச் செலவிடவேண்டும்.

எபிரேயர் 10;24, 25-ல் சொல்லப்பட்டுள்ளது போல சபை கூடி வருதலுக்காகவும், தேவ அன்புடன் மற்றவர்களை நேசிப்பதற்கும் நம்முடைய நேரம் செலவிடப்படவேண்டும்.

யோவான் 13:34, 35-ன் படி தேவன் நம்மில் அன்பாய் இருக்கிறது போல நாமும் ஒருவருக்கொருவர் அன்பாயிருக்கக் கடவோம். தேவனுடைய சுவிசேஷத்தை அறிவிப்பதிலும் நம்முடைய நேரத்தை முதலீடு செய்வோம். கிறிஸ்து இயேசுவுக்குள் மற்றவர்களை இரட்சிப்புக்கு நேராக வழிநடத்தி நித்தியத்தின் கனியைப்பெற்றுக் கொள்வோம். ஒவ்வொரு நொடியையும் கணக்கிட்டு செலவு செய்வோம்.

நேரத்தை உபயோகப்படுத்துவதை குறித்து வேதம் என்ன கூறுகிறது?

II கொரிந்தியர் 5:9-11 அதினிமித்தமே நாம் சரீரத்தில் குடியிருந்தாலும், குடியிராமற் போனாலும் அவருக்குப் பிரியமானவர்களாய் இருக்க நாடுகிறோம். ஏனென்றால் சரீரத்தில் அவனவன் செய்த நன்மைக்காவது, தீமைக்காவது தக்க பலனை அடையும்படிக்கு நாமெல்லாரும் கிறிஸ்துவின் நியாயாசனத்திற்கு முன்பாக வெளிப்பட வேண்டும். ஆகையால் கர்த்தருக்குப் பயப்படத்தக்கதென்று அறிந்து மனுஷருக்குப் புத்தி சொல்லுகிறோம். தேவனுக்கு முன்பாக வெளியரங்கமாயிருக்கிறோம். உங்கள் மனசாட்சிக்கும் வெளியரங்கமாயிருக்கிறோம். ஆகவே நாம் எந்த நிலையிலிருந்தாலும், எங்கிருந்தாலும் தேவனுக்குப் பிரியமானவர்களாய் இருக்கவேண்டும். ஏனென்றால் நாம் அனைவரும் தேவனுடைய நியாயசனத்திற்கு முன்பாக நிறுத்தப்படப் போகிறோம். நாம் செய்த நன்மை, தீமைகளுக்கான பலனைத் தேவனிடத்திலிருந்து பெற்றுக்கொள்ளப்போகிறோம்.

நேraத்திற்கான நித்திய மதிப்பீடு

நேரத்திற்கென்று நித்திய மதிப்பீடு உண்டா? அல்லது ஓரம் கட்டப்பட்டு விட்டதா? நம்முடைய கவனத்தை இழந்துவிடாமலிருக்க நித்தியத்திற்கும், சமயத்திற்கும் முன்னுரிமைகளைத் தந்து இலக்குகளை உருவாக்கவேண்டும். முடிந்தால் பிரதிநிதிகளை ஏற்படுத்தி, செய்யக்கூடிய வேலைகளை அவர்களிடம் ஒப்படைத்துவிட வேண்டும். மோசேயினுடைய மாமனாகிய எத்திரோ, பிரதிநிதிகளைத் தேர்ந்தெடுத்து கடினமான வேலைகளை அவர்களிடம் ஒப்படைக்கும்படியாக மோசேக்குக் கற்றுக்கொடுத்தார். (யாத்திராகமம் 18:13-22).

பணி ஒழுங்குமுறைகளைப் பார்க்கும்போது, தேவனானவர் ஆறு நாட்களுக்குள் தமது பணியை முடித்து, ஏழாம் நாள் ஓய்ந்திருந்தார். நீதிமொழிகள் 6:10,11 தேவன் வெறுத்து ஒதுக்கி தள்ளுகிற சோம்பேறித்தனத்தைக் குறித்து வெளிப்படுத்துகிறது. நீதிமொழிகள் 12:24, 13:4, 18:9, 20:4, 21:25, 21:14 இவை சோம்பேறியைக் குறித்து எடுத்துரைக்கின்றன.

மத்தேயு 25:14-30-. இயேசு கூறிய தாலந்துகளைப் பற்றின உவமையில், இயேசு வாய்ப்புகளையும், தருணங்களையும் வீணாக்கிய ஒரு சோக நிலையைப் பற்றி விளக்குகிறார். இயேசு கிறிஸ்துவரும் வரைக்கும் உண்மையும், உத்தமமும் உள்ள ஊழியக்காரர்களாய் இருக்க அவர் நம்மை எச்சரிக்கிறார். இந்த உலகத்திலே நமக்குக் கொடுக்கப்பட்டுள்ள வேலைகளில் நாம் உண்மையுள்ளவர்களாயிருக்க வேண்டும். நாம் பணம் சம்பாதிப்பதற்காகச் செய்கின்ற வேலைகளுக்கு அளவே கிடையாது. நாம் செய்கின்ற வேலைகளின் நிமித்தமாக தேவனுடைய நாமம் மகிமைப்பட வேண்டும்.

கொலோசேயர் 3:17 சொல்கிறது. நாம் எதைச் செய்தாலும் இயேசு கிறிஸ்துவின் நாமத்தினாலே நம் முழு இருதயத்தோடும் செய்ய வேண்டும். கொலோ. 3:23, 24-ம்

வசனங்களில் நாம் எதைச் செய்தாலும் மனுஷருக்கென்று செய்யாமல் கர்த்தருக்கென்று மனப்பூர்வமாய்ச் செய்யவேண்டும் என்று சொல்லப்பட்டுள்ளது. இவ்விதமாய் மனப்பூர்வமாக தேவனுக்கென்று செய்யும்பொழுது நித்தியமான சுதந்திரத்தைத் தேவன் நமக்குத் தந்தருளுவார். நாம் தேவனுக்காக ஊழியம் செய்கிறோம்.

மத்தேயு 6:19-21 வசனங்களில் நமது பொக்கிஷங்களைப் பரலோகத்தில் சேர்த்துவைக்கும்படி இயேசுகிறிஸ்து அறிவுறுத்தியிருக்கிறார்.

யோவான் 6:27-ல் அழிந்து போகிற போஜனத்திற்காக அல்ல. நித்திய ஜீவன் வரைக்கும் நிலை நிற்கிற போஜனத்திற்காகக் கிரியை நடப்பியுங்கள் என்று தெளிவாக உரைக்கப்பட்டுள்ளது. நம்மை அழைத்த தேவனுக்காக எல்லாவற்றையும் செய்ய ஆயத்தமுள்ளவர்களாய் இருக்கவேண்டும். நாம் எடுக்கின்ற எல்லா முயற்சிகளிலும், நம் உறவுகளிலும், வேலைகளிலும், படிப்பிலும், சேவை செய்வதிலும், தேவன் நம்மேல் நம்பிக்கையுடையவராயிருந்து, ஜீவனை இந்த உலகத்தில் தந்திருக்கிறார். அவரே நமது நாட்களை எவ்வாறு செலவிட வேண்டும் என்று நமக்கு வழிகாட்டுவார்.

தேவனோடு நமது நேரத்தைச் செலவிடுவதைச் தவிர்க்கமுடியாது. தனிமையாக இருந்தாலும், ஒன்று சேர்ந்து இருந்தாலும் தேவனோடு உறவாட தவறுதல் கூடாது. அதற்காகவே நாம் அழைக்கப்பட்டோம். நாம் களைப்படையும் வேளைகளில் தேவன் நமக்குப் புத்துணர்ச்சி அளிக்கிறார். தேவன் நேரத்தைச் சிறப்பாக செலவழிப்பதற்கு நம்மை ஆயத்தம் செய்கிறார். நம்முடைய ஒவ்வொரு தேவைகளையும் சந்தித்து நிறைவேற்றுபவர் அவரே. நம்மைக் கட்டுப்படுத்துகிறவரும் அவரே. நாம் ஞானமுள்ளவர்களாய் நமது ஓய்வு நேரங்களிலும் கூட தேவனைத் தேடுகிற பிள்ளைகளாய் இருக்கவேண்டும்.

மிக முக்கியமாக தேவனோடு நாம் செலவிடும் நேரத்தைப் பட்டியிலிட்டு கொள்வது அவசியமானதாக இருக்கிறது. நமது கடினமான வேலைகளில் நம்மைத் தாங்கி ஆயத்தம் செய்கிறவர் தேவன் ஒருவர் மாத்திரமே. அவரே நம்மைத் தினமும் வழிநடத்துகிறார். காலங்கள் அவருடையதாய் இருக்கிறபடியினால் நம்முடைய காலங்களைச் சிறந்த முறையில் செலவிட தேவனிடத்தில் ஞானத்தைக் கேட்டுப் பெற்றுக்கொள்வோம்.

உங்கள் நேரத்தைப் பயன்படுத்துவதில் மாற்றங்களை உருவாக்க முற்படுவீர்களானால், அதற்குரிய முதல் வழி பிரதிபலிப்பாகும். உங்கள் நேர மேலாண்மையைத் தீர்மானிப்பதற்கு ஒரு ஒருங்கிணைந்த முயற்சியை, உடன்பாட்டினை மேற்கொள்ளுங்கள். இது தேவன் நேரத்தைக் குறித்து என்ன கூறுகிறார் என்பதை உங்களிடம் பகிர்ந்துகொள்ளும். வேதத்திலுள்ள அநேக விஷயங்களை ஞானமாய் அறிந்துகொள்ளவும் வழிவகுக்கும், தேவன் விலையேறப்பெற்றதாய் கருதுகின்ற காரியங்களைத் தீர்மானித்து கொள்ளுங்கள்.

தேவனுடைய பிள்ளையாய் தலைமையிடத்தில் பணி செய்யும்பொழுது, பற்பல வேலைகள் நமக்குக் கொடுக்கப்பட்டிருந்தாலும், அவைகளை வகைப்படுத்தி எது முக்கியம், எது முக்கியமில்லை, பிறர் செய்ய வேண்டிய வேலைகள் எவை என வேறுபடுத்தி, தேவ ஆலோசனையுடன் நமக்குக் கொடுக்கப்பட்ட விலையேறப்பெற்ற, முக்கியமான தருணங்களை இலக்குகளுடன் சரியான நேரத்தில் செய்து முடிக்கவேண்டும்.

பூமியில் நமது வாழ்நாட்களை கணக்கிடுதல்

தேவனுடைய ராஜ்யத்திற்காக நீங்கள் செலவழித்த நேரங்கள்.

உங்கள் வயது 80-ஐஅடைவதற்கு இன்னும் எத்தனை வருடங்கள் உள்ளன?

உங்கள் வயது 40-ஆக இருந்தால் 80 வயதை அடைவதற்குஇன்னும் 40 வருடங்கள் உள்ளன.

1 வருடம் = 365 நாட்கள்

40x365 = 14,600 நாட்கள்

ஒரு நாளைக்கு எவ்வளவு நேரம் தேவனுக்காகச் செலவிடுகிறீர்கள்?

ஒரு வாரத்திற்கு எவ்வளவு நேரம், ஒரு மாதத்திற்கு, ஒரு வருடத்திற்கு எத்தனை மணி நேரம் என்று கணக்கிடுங்கள்.

ஒரு வருடத்திற்கு...................... மணி நேரம் என்றால் 40 வருடங்களுக்கு .... மணி நேரம். அந்த மணி நேரத்தை நாட்களாக மாற்றுங்கள். எத்தனை நாட்கள் உங்கள் வாழ்நாளில் தேவனுக்காக செலவிடுகிறீர்கள் என்பதை நீங்களே கணக்கிட்டுப் பாருங்கள்.

(உதாரணம்)

என்னுடைய வயது - 42

80 வயதை அடைவதற்கு இன்னும் 38 வருடங்கள் உள்ளன.

38 வருடங்கள் = 13,870 நாட்கள்

1 நாளுக்கு 1 மணி நேரம் தேவனுக்காக நான் செலவழிக்கிறேனென்றால்

1 வாரத்திற்கு = 7 மணி நேரம்

1 மாதத்திற்கு = 31 மணி நேரம்

1 வருடத்திற்கு = 365 மணி நேரம்

1 வருடத்திற்கு 365 மணி நேரம் என்றால்,அதை நாட்களாக மாற்றுங்கள்.

365÷24 = 15 நாட்கள்

1 வருடத்திற்கு 15 நாட்கள் என்றால்

38 வருடங்களுக்கு = 38x15 = 570 நாட்கள்

570 நாட்கள் அதாவது இன்னும் 12 வருடங்களே உள்ளன.

நிலையற்ற வாழ்நாட்களைப் பற்றிய வேத ஆதாரங்கள் :

சங்கீதம் 102:11

சங்கீதம் 103:15

யோபு 14:1, 2

ஏசாயா 40:6 - 8

சங்கீதம் 90:10

நமக்குக் கொடுக்கப்பட்டுள்ள நேரத்தைக் கையாளுவதற்கு வேதத்திலிருந்து தரப்பட்டுள்ள ஞானத்தின் முத்துக்கள்.

சங்கீதம் 39:4

பிரசங்கி 3:1-8

பிரசங்கி 18:6

சங்கீதம் 31:15

சங்கீதம் 90:14, 15

ரோமர் 8:18
II கொரிந்தியர் 4:18
யோவான் 12:23
யோவான் 2:4

5

மன்னிப்பும் விடுதலையும்

வேதத்தின்படி நாம் ஏன் பிறரை மன்னிக்க வேண்டும்? நாம் பிறரை மன்னிக்காவிடில் என்ன சம்பவிக்கும்? அதைப் பற்றி வேதம் என்ன கூறுகிறது?

நமக்கு விரோதமாகப் பாவம் செய்தவர்களை நாம் மன்னிக்கும்பொழுது, நமது பரலோக தகப்பன் நமது பாவங்களை மன்னிப்பார். ஒருவருக்கொருவர் பிழைகளைப் பொறுத்து மன்னிக்கவேண்டும். நம்மில் யாருக்காவது மற்றவர்கள் மீது குறை இருக்குமானால் தேவன் நம்மை மன்னித்தது போல அவர்களையும் மன்னிக்க வேண்டும். மன்னியுங்கள். அப்போது உங்களுக்கும் மன்னிக்கப்படும்.

மன்னிப்பைக் குறித்து இயேசு நமக்குக் கற்பிப்பது என்ன?

யோவான் 20:23-ல் 'எவர்களுடைய பாவங்களை மன்னிக்கிறீர்களோ அவைகள் அவர்களுக்கு மன்னிக்கப்படும். எவர்களுடைய பாவங்களை மன்னியாதிருக்கிறீர்களோ அவைகள் அவர்களுக்கு மன்னிக்கப்படாதிருக்கும்என்று இயேசு தம்முடைய சீஷர்களுக்குக் கூறுகின்றார்.

மத்தேயு 6:14, 15 - 'மனுஷருடைய தப்பிதங்களை நீங்கள் அவர்களுக்கு மன்னித்தால் உங்கள் பரம பிதா உங்களுக்கு மன்னிப்பார்'.

மத்தேயு 18:21, 22 - வசனங்களில் பேதுரு இயேசுவினிடத்தில் வந்து என் சகோதரன் எனக்கு விரோதமாய்க் குற்றஞ்செய்து வந்தால் நான் எத்தனை தரம் மன்னிக்கவேண்டும்? என்று கேட்கின்றார். அதற்கு இயேசு ஏழெழுபது தரம் மட்டும் மன்னிக்க வேண்டும் என்று பதிலளிக்கின்றார். இயேசு கூறிய இந்த வார்த்தையின் விளக்கத்தை சற்று யோசித்துப் பாருங்கள். நமக்கு எதிராக ஒரு சிறிய குற்றம் புரிந்தவர்களை மன்னிப்பதை சற்றுக் கற்பனை செய்து பாருங்கள். ஏழெழுபது தடவை 7X70 = 490 தடவைகள். நம் அருகாமையில் வசிப்பவர் ஒருவரின் குழந்தை நமது தோட்டத்தின் வழியே மிதிவண்டி ஓட்டிப் பழகுவதை நம்மால் பொறுத்துக்கொள்ள இயலுமா? ஒரு முறை என்றால் பரவாயில்லை. ஆனால் 70 வாரங்கள் இப்படியே செய்தால் அந்த தோட்டத்தின் நிலைமையை சற்று சிந்தித்துப் பாருங்கள்.

இயேசு நம்மிடம் எதைச் செய்ய கேட்கின்றார்?

நம்மால் (மனிதனால்) செய்ய இயலாத ஒன்றைச் செய்ய இயேசு நம்மிடம் கேட்கவில்லை. நம்மிடம் போதுமான மன்னிப்பதற்குரிய சக்தி இல்லை. ஆனால் அது தேவனிடத்திலிருந்தது. நம்மிடம் போதிய அளவு மன்னிக்கும் சக்தி இல்லையென்றால் நம்மால் மன்னிக்க முடியாது. நம் தேவன் மன்னிப்பதற்கு எப்பொழுதும் ஆயத்தமுள்ளவராய் இருக்கிறார். நம் மூலமாய் பிறரை மன்னிப்பதற்கு தேவனிடத்தில் கேட்கிறவர்களாய் நாம் இருக்கவேண்டும். அப்படி நாம் செய்கிறவர்களாயிருந்தால், கீழ்படிதலில் ஒருபடி முன்னேறி, தேவ கிருபையை வெளிப்படுத்தும் ஒரு பாத்திரமாக நம்மை தேவன் அனுமதிப்பார். நாம் மற்றவர்களை மன்னித்தால் தேவ வார்த்தைக்குக் கீழ்ப்படிகிறவர்களாயிருப்போம். நாம் தேவனுடைய கட்டளைகளுக்குக் கீழ்ப்படிவது மிக முக்கியம்.

1 சாமுவேல் 15 : 22KJV-ல் 'பலியைப் பார்க்கிலும் கீழ்ப்படிதலே உத்தமம்' என்று சொல்லப்பட்டிருக்கிறது. கீழ்ப்படிவது, தேவனில் நாம் கொண்டுள்ள அன்பையும், நம்பிக்கையையும், நம்முடைய நன்மைக்காக அவருடைய வார்த்தை என்ன கூறுகிறது என்பதையும் எடுத்துக்காட்டுகிறது.

ஒருவரை மன்னிப்பதினால் வரும் நன்மைகள் எவை?

ஆரோக்கியமான உறவுகள், மன ஆரோக்கியம் வளம்பெறும், குறைவான துயரங்கள், மன அழுத்தம், விரோத உணர்வுகள், குறைந்த இரத்த அழுத்தம், மனச்சோர்வு குறைந்து வருவதற்கானஅறிகுறிகள், உறுதியான நோய் எதிர்ப்பு சக்தி, ஆரோக்கியமான இருதயம், சுயமரியாதை வளர்ச்சியடைதல்.

மன்னிப்பதினால் வரும் நன்மைகள் பற்றி வேதத்தில் கூறப்பட்டவை

நாம் பிறரை மன்னிக்கும் பொழுது வேதனைகளும், வெறுப்புகளும் நம் மனதிலிருந்து நீங்கிவிடுகின்றன.

நாம் மகிழ்ச்சி நிறைந்தவர்களாக இவ்வுலகில் வாழ முடியும். இதைத்தான் தேவன் நம்மிடம் விரும்புகிறார். நம்முடைய இருதயம் சுத்தமாக்கப்படும்போது, தேவன் அதை அன்பினால் நிரப்பி அதில் வாசமாயிருக்க விரும்புவார். நம் மனதிலிருக்கின்ற வெறுப்புகள் நம்மை விட்டு அகன்று போகும்பொழுது தேவன் நம் வாழ்வில் அற்புதங்களை நடப்பிக்கத் தொடங்குவார்.

மன்னிப்பைக் குறித்து உளவியல் நிபுணர்களின் கருத்து என்ன?

மன்னிப்பைக் குறித்ததான உளவியல் நிபுணர்களின் கருத்து என்னவெனில், நமக்குத் தீங்கு செய்த ஒரு நபர் அல்லது ஒரு கூட்டத்தார் மீது நாம் கொண்டுள்ள கோபம், தண்டித்தல் போன்ற உணர்வுகளிலிருந்து விடுபடுவதற்கு நாமாக வேண்டுமென்றே எடுக்கக்கூடிய ஒருவித உணர்வு தான் மன்னிப்பு. மன்னிப்பு என்பது மறந்து போவது அல்ல.

உண்மையான மன்னிப்புக்கு நேராக நடத்திச் செல்லும் சில படிகள்.

- நமது காயப்பட்ட அனுபவங்களை ஒப்புக்கொள்வது.
- மன வேதனைகள், மனக்காயங்கள் எவ்விதம் நம்மை தனிப்பட்ட விதத்தில் பாதித்தது என்பதை வெளியே சொல்வது.
- நம்முடைய கடந்த காலத்தை நம்மால் மாற்ற முடியாது என்பதை ஆழ்ந்த அறிவுடன் ஏற்றுக்கொள்வது.

- நடந்த நிகழ்வுகளை உறுதி செய்து, அவற்றை மன்னித்து விட்டுவிட தீர்மானிப்பது. இது ஒரு நொடியிலோ அல்லது ஒரு நாளிலோ செய்து முடிக்கக்கூடிய காரியமல்ல. நன்மை, தீமைகளை நன்றாக சிந்தித்து முடிவு செய்வது.
- வேதனைகள் நமக்குத் தரும் பிரச்சனைகள் என்ன?
- தேர்வு செய்து முடிவெடுப்பது நம்முடைய கரங்களில் இருக்கிறது. நமக்கு இன்னும் வாய்ப்பு இருக்கிறது எனப் புரிந்து கொள்ளுதல்.
- நமது பொறுப்புகளைப் புரிந்து கொள்ளுதல்.
- நிகழ்காலத்தைப் புரிந்து கவனம் செலுத்துதல்.
- சமாதானம் உங்கள் வாழ்வில் வருவதற்கு அனுமதியுங்கள்.
- இரக்கமுடையவர்களாக வாழ உணர்ந்து கொள்ளுங்கள்.
- **குணமடைதலுக்கு மன்னிப்பு ஏன் முக்கியமானது? நீங்கள் மன்னித்துக் குணமடைவது எப்படி?**

உண்மையாகவே மன்னித்து வாழ விரும்புங்கள். மன்னிப்பவர்கள் அதிகமான நம்பிக்கை அனுபவம் நிறைந்தவர்களாகவும், குறைந்த கோப, ஆன்மீகத் தொடர்புடையவர் களாகவும், அதிக தன்னம்பிக்கை உடையவர்களாகவும், உறவுகளை மேம்படுத்து கிறவர் களாகவும் குறைவான மன அழுத்தம் உடையவர் களாகவும், சரீரம் மற்றும் மன ஆரோக்கியத்தில் தகுதி வாய்ந்தவர்களாகவும் காணப்படுவார்கள் என ஆராய்ச்சியாளர்கள் கண்டறிந்துள்ளனர்.

- **மன்னித்துக் குணமடைவது எப்படி?**

நம்முடைய வாழ்வில் நடந்த நிகழ்வுகளை உறுதி செய்து, பின் அவைகளை ஏற்றுக்கொண்டு, இனிமேல் நடந்த சம்பவங்களை மாற்றி அமைக்க முடியாது என்பதைப் புரிந்து கொள்ள ஆரம்பிக்கும் போது, விலையேறப்பெற்ற ஏதாவது ஒன்றினை நமக்காகச் செய்வதற்கு நாம் தூண்டடப்படுவோம். மன்னித்து, குணமாகுதலை பெற்றுக் கொள்வோம். நமக்குத் தீமை செய்தவர்களிடம் நேரடியாகச் சென்று நமது மன்னிப்பை வெளிப்படுத்துவது எப்பொழுதும் அவசியமானதாக இருக்காது. மற்றவர்களை மன்னிப்பது என்பது நம்முடைய நலனுக்காகச் செய்யக்கூடியது. பிறருடைய நலனுக்காக அல்ல.

மன ஆரோக்கியத்திற்கு மன்னிப்பது எவ்வளவு முக்கியமானது

மன்னிப்பு, மன ஆரோக்கியத்தின் விளைவுகளான குறைந்த துயரம், பதற்ற நிலை, மனக்குழப்பம், குறைவான இறப்பு விகிதம் மற்றும் குறைந்த உடல் ஆரோக்கிய அறிகுறிகள் இவற்றுடன் தொடர்புடையது என ஆராய்ச்சியாளர்கள் எடுத்துக்கூறியுள்ளனர்.

மன்னிப்பின் சக்தி என்ன? ஏன் அது சக்தி வாய்ந்தது?

மன்னிப்பது என்பது கடந்த காலத் துயரங்களை விட்டுவிட்டு, எதிர்காலத்தைக் கருத்திற்கொண்டு முன்னேறிச் செல்லும் ஒரு மனநிலையில் சுதந்திரமாக முன் வருவதாகும். வேதனைக்குரிய கடந்த கால நிகழ்வுகளை விட்டுவிடுவதற்குப் பரிசாக சக்தி வாய்ந்த, ஆரோக்கியமான நன்மைகள் நமக்கு மன்னிப்பதின் மூலமாய்க் கிடைக்கின்றன.

மன்னித்தலினால் நமது கடந்த காலத்தை அழித்துவிட முடியாது. ஆனால் பரிவு உணர்வுகளோடு உற்று நோக்கிப்பார்க்க முடியும். மன்னிக்காமல் உணர்ச்சிகளை மனதில் அடக்கி கொள்வதினால் கோபம், குற்றம் சுமத்துதல், துன்பம் போன்ற உணர்வுகள் உருவாகி நம் வாழ்வைப் பாழாக்கிவிடும். மன்னிப்பு நம் ஆன்மாவிற்கு விடுதலையைத் தருவது மட்டுமல்லாமல் பயத்தையும் நீக்கிவிடுகிறது. இதனால் தான் மன்னிப்பு ஒரு சக்திவாய்ந்த கருவியாக அமைந்திருக்கிறது.

ஆன்மீக சந்தோஷத்திற்கு மன்னிப்பு எங்ஙனம் வழி வகுக்கிறது?

நம் வாழ்வில் சமாதானமின்றி, மகிழ்ச்சி எப்படி நம்மில் உருவாகும்? மனவேதனை தரும் ஒரு நிகழ்வை ஆவிக்குரிய கண்ணோட்டத்துடன் பார்ப்பது, நம்முடைய துன்பத்திற்குக் காரணமானவர்களை சந்தோஷ மனப்பான்மையுடன் மன்னிப்பது என்பது தேவனிடமிருந்து வருகிற ஒரு ஆசீர்வாதம்.

நம்முடைய தவறுகளை ஒத்துக்கொள்ளாத வரைக்கும் மன்னிப்பு என்னும் செயல் நம் வாழ்வில் தொடங்காது. நாம் மன்னிக்கவும் முடியாது. மன்னிப்பைப் பெற்றுக்கொள்ளவும் முடியாது. மன்னிப்பின் அவசியங்களை நாம் உணர்ந்து கொள்ளாத வரைக்கும் நாம் மன்னிப்பைப் பெற்றுக் கொள்ள இயலாது. நாம் மன்னிப்பதற்குத் தகுதியற்றவர் என்று நினைத்து, பிறரை மன்னிக்காமல் அதை நீட்டிக்கவோ, தடுத்து நிறுத்தவோ முடியாது. மன்னிப்பைத் தடுத்து நிறுத்துவதற்கு நமக்கு எந்தவிதமான உரிமையும் கிடையாது. கிறிஸ்தவர்களாகிய நமக்கு மன்னிப்பு என்பது கலந்து ஆலோசித்து, பேசி முடிக்க வேண்டிய செயல் அல்ல. நமது நம்பிக்கையின் அடிப்படையே மன்னிப்பு ஆகும்.

மன்னிப்பது என்பது என்ன சம்பவித்தது என்பதை மறந்து போவது அல்ல. நமக்கு இழைக்கப்பட்ட தீமைகளை நம் ஆழ்மனதிலிருந்து முற்றிலுமாக அழித்துவிடுவதுமல்ல. ஒருவேளை நாம் அப்படிப்பட்டவர் களாயிருந்தால் நம் அனுபவங்களின் வழியாக எதையும் கற்றுக்கொள்ள முடியாது. நாம் செய்கின்ற தவறுகளைத் தொடர்ந்து செய்து கொண்டேதான் இருப்போம். ஏமாற்றங்களை சந்தித்துக் கொண்டேதான் இருப்போம். நாம் பிறரை மன்னிக்கும்பொழுது கொடூரமான நினைவுகளும், உணர்வுகளும் கொஞ்சங்கொஞ்சமாக குறைந்துவிடும்.

மன்னிப்பு என்பது நல் வாழ்வின் அடிப்படை ஆகும். மன்னிக்கும் தன்மை இல்லாதவர்கள் உணர்வு மண்டலத்தில் பலவீனமடைந்தவர்கள் என்று கூறுவதில் தவறில்லை. அவர்களுடைய மனக்கசப்பே அவர்களுடைய ஆவியில் நோய்வாய்ப்படுவதற்குக் காரணம். மன்னிக்க இயலாதவர்கள் உடல்ரீதியாக பலவீனமாகக் காணப்படுவார்கள். கோபமானது நமது உடலைத் தாக்கக்கூடிய சக்தி வாய்ந்த வேதிப்பொருட்களை அட்ரீனல் சுரப்பியில் அதிகமாகச் சுரக்கச் செய்கிறது. நாம் மன்னிப்பதற்கோ அல்லது மன்னிப்பைப் பெற்றுக் கொள்வதற்கோ மறுக்கும்பொழுது அது நம்முடைய இருதயத்தையும், மனநிலையையும், சரீரத்தையும் பாதிக்கிறது. மன அழுத்தம், ஆத்திரம், அதிகமாகச் சாப்பிடுவது, வேலைப்பளு, அதிக செலவு, போதை மருந்துகளுக்கு அடிமையாவது, மனநிலை மாறுபடுவது போன்ற பக்கவிளைவுகள் மன்னியாமலிருப்பதால் உருவாகிறது. மேலும் மன்னிக்காமல் இருக்கும்பொழுது தேவனை விட்டுத் தூரம் போக வாய்ப்புகள் உருவாகிறது.

தவறான எண்ணங்களினால் ஏற்படும் ஒருவித பயம்

நம்மில் அநேகர் மன்னிக்க மறுப்பதற்குக் காரணம் பய உணர்வு. மன்னிப்பதற்கு முக்கியமான செயல்பாடுகளும் அணுகுமுறைகளும் தேவை. நாம் கோபமடையும்பொழுது நமது ஆற்றலை இழந்துவிடுவது போன்ற உணர்வு நமக்குள் உருவாகிறது. கோப உணர்வு செயலற்றுப் போனால் விரக்தியான ஒரு உணர்வையும், நோக்கமின்மையையும் நாம் உணரத் தொடங்குவோம்.

உறவுகளில் செல்வாக்கை இழந்து நிற்பது போன்ற பய உணர்வு

ஒரு நிகழ்வினால் ஏற்பட்ட வேதனை உணர்வுகள் மறுபடியும் ஏற்பட வாய்ப்புண்டு என்ற உணர்வுடையவர்கள் குற்றம் புரிந்தவரை மன்னித்து விட்டால் இவ்விதமான பய உணர்வுகளிலிருந்து விடுபடுவதற்கு வாய்ப்புண்டு. மன்னிப்பு ஒருவருடைய குணங்களில் மாற்றங்களைக் கொண்டு வரும் என்பதற்கு எந்தவிதமான உத்தரவாதமும் கிடையாது. மன்னிப்பு என்பது கீழ்படியும் ஒரு செயல். பிறரைக் கையாளும் ஒரு கருவியல்ல. நம்மைப் பாதிக்கும் கசப்பு, வைராக்கியம் இவைகளிலிருந்து வெளியேறுவது மிக முக்கியம். இருப்பினும் மக்கள் தங்களைக் காயப்படுத்திக் கொள்வதை நம்மால் நிறுத்த இயலாது. இவ்விதமான சுபாவங்களுடைய மக்களிடம் இருந்து நம்முடைய தொடர்பைத் துண்டித்து விடுவதினால் அவர்களுடைய காயப்படுத்தும் சுபாவத்தை நாம் கட்டுப்படுத்த முடியும்.

நல்ல உறவுகளுக்கான நம்பிக்கையை இழந்துவிடுவோம் என்ற பய உணர்வு

சில மனிதர்களுக்கு நண்பர்கள் மீதும் குடும்பத்தினர் மீதும் உயர்வான எதிர்பார்ப்புகளுண்டு. வருடங்கள் கடந்து செல்ல முட்டாள்தனமான தீர்மானங்கள், சில பிரச்சனைகள், சுபாவங்களில் ஏற்படும் மாற்றங்களினால் எதிர்பார்க்கின்ற அன்பு கிடைக்காமற் போய்விடும். யாராக இருந்தாலும் எதுவாக இருந்தாலும் அதை ஏற்றுக்கொண்டு மன்னிப்பது மிக அவசியமாயிருக்கிறது.

நாம் ஒரு முக்கியமான நபர் என்னும் ஒரு மனக் கற்பனையிலிருந்து தள்ளப்பட்டுவிடுவதற்கான ஒரு பயம்

பிறருடைய தவறுகளை நாம் மனதில் வைத்துக்கொண்டே செயல்படுவதினால் நாம் ஒரு உயர்ந்த அந்தஸ்தில் இருப்பதைப் போன்ற உணர்வு நமக்குள் ஏற்படலாம். மற்றவர்களை விட நம்மை உயர்வாக எண்ணிக்கொண்டு இருக்கலாம். அந்தவிதமான எண்ணங்கள் நமக்குள் பெருமையை உருவாக்கி, தேவன் நம்மை ஏற்றுக்கொள்ள இயலாத நிலைக்குத் தள்ளிவிடும். யாக்கோபு 4:6-ல் அப்போஸ்தலனாகிய யாக்கோபு, 'பெருமையுள்ளவனுக்கு தேவன் எதிர்த்து நிற்கிறார்' என்பதை நமக்கு நினைவுப்படுத்துகிறார்.

மன்னிப்பைப் பற்றிய தவறான கருத்துக்கள்

மன்னிப்பதற்கு ஏற்படும் மிகப் பெரிய தடை மன்னிப்பைக் குறித்ததான தவறான கருத்துக்களே. மன்னிப்பது எளிதான காரியம் அல்ல எனப் புரிந்து கொள்வதே சிறந்தது. ஒருவருடைய குணங்களை மன்னிப்பது அல்ல மன்னிக்கும் ஒரு செயல், அந்தத் தீயச் செயலை நாம் ஒத்துக்கொண்டோம் எனச் சொல்வதில்லை. மோசமான பாவங்களைக் கூட மன்னிக்கும் நிலையில் தான் நாம் இருக்கின்றோம். நாம் செய்பவைகள் சரியானவைகள் என்று மன்னிப்பு சொல்வதில்லை. நம்முடைய குணங்களும், அதன் பின் விளைவுகளும் தேவனுக்குரியது. நாம் மற்றவர்களை மன்னிக்கும் பொழுது, நாம் மன்னிக்கும் அந்த நபரை நம்மை விட்டு அகற்றி விட்டு, தேவனுடைய நீதிக்கு முன்பாக நிறுத்தி விடுகிறோம். நமக்கு எதி-

ராக இழைக்கப்பட்ட தவறுகள் ஒரு பாவத்தின் கடனே. எல்லா பாவங்களுமே தேவனுக்கு எதிராகச் செய்யப்படுகின்றன. ஆகவே நாம் மன்னிக்கும் பொழுது நம்முடைய வரவு கணக்கிலுள்ள கடன்களை தேவனுடைய கணக்கில் மாற்றி,எல்லாவற்றையும் அவருடைய கரங்களில் ஒப்படைத்துவிடுகிறோம் என்பதை நாம் அறிந்து கொள்ள வேண்டும்.

மன்னித்த நபரின் நம்பிக்கையை மீட்டெடுப்பது அல்ல. நம்பிக்கை நாம் சம்பாதிப்பது,. தகுதியானவர்களுக்குக் கொடுக்கும் ஒன்று. நம்மை காயப்படுத்தியவர்களை கண்மூடித்தனமாக நம்புவது பொறுப்பற்ற செயல். ஒரு மனிதன் திருடன் என்று அறிந்தும், நம் வீட்டின் திறவுகோலை அவனுடைய கையில் கொடுப்பது எவ்வளவு பெரிய முட்டாள்தனமான செயல். செய்த தவறுகளுக்காக நாம் மன்னிக்கலாம். ஆனால் அந்தத் தவறுகளை மீண்டும் செய்யக் கூடாது. நம்பத் தகுதயில்லாதவர்களை நம்புவது ஒரு முட்டாள்தனமான செயல்.

நாம் சமரசம் செய்ய ஒத்துக்கொள்ளக்கூடாது

சமரசம் செய்வதற்கு மன்னிப்பு தேவையான ஒன்றாய் இருக்கிறது. ஆனால் மன்னிப்பதற்கு சமரசம் தேவையற்றதாய் இருக்கிறது. சில தருணங்களில் சமரசம் பயனற்றதாக அமையலாம். மன்னிப்புப் பெற்றவர் தவறுகளுக்காக வருந்தவோ, மாறுதலின்றியோ காணப்பட்டால் சமரசம் செய்தும் பயனிருக்காது.

மன்னிப்பது நாம் மற்றவர்களுக்குச் செய்யும் உதவியல்ல

யூத மதத்தில், குற்றம் செய்தவர்கள் மனந்திரும்பி, மன்னிப்புக் கோரும் வரை அவர்களுக்கு மன்னிப்பு வழங்க இயலாது. ஆனால் இயேசு மன்னிப்பின் தரத்தை உயர்வான அளவிற்கு எடுத்துச் சென்றிருக்கிறார். இயேசு கிறிஸ்துவின் வரையறைகளின்படி நாம் மன்னிப்பதற்காகவே இருக்கிறோம். இன்னும் மனந்திரும்பாமல் இருக்கிறவர்களுக்காக மனம் வருந்தாவிட்டாலும் மன்னிக்கிறவர்களாக இருப்போம். மன்னிப்பைப் பெற்றுக் கொள்கிறவர்களை விட மன்னிக்கிறவர்களுக்கு அதிக நன்மைகள் உண்டு.

மன்னிப்பது மிக எளிமையான காரியமல்ல. அது மிகவும் கடினமானது. ஒருமுறை செய்யப்பட்ட தவறு அதிக பாதிப்புகளை ஏற்படுத்திவிடுகிறது. தொடர்ந்து தவறுகள் செய்யப்படுமேயானால் மன்னிப்பது மிகக் கடினமான ஒன்றாகிவிடுகிறது. சில சமயங்களில் மன்னிக்கும் மனப்பான்மை நமக்குத் தேவையான ஒன்றாய் அமைந்துவிடும். தமது சீஷனாகிய பேதுருவுக்கும் இயேசு அவ்விதமான மன்னிக்கும் மனப்பான்மையைத் தான் உறுதியாக எடுத்துரைத்தார்.

மன்னிப்பைப் பெற்றதற்கும், மன்னிப்பைக் கொடுத்ததற்குமான உள்ளார்ந்த அறிகுறிகள்

1. தீங்கு செய்தவரை ஆசீர்வதிக்க வேண்டும்.
2. தேவனுக்கு நன்றி செலுத்த வேண்டும்.
3. தேவனிடம் மன்றாடி ஜெபிக்க வேண்டும்.
4. பாவங்களை ஒப்புக்கொள்வது / அறிக்கையிடுவது.
5. நான் உண்மையில் மன்னித்து விட்டேனா?

6.மரணத்துக்கு நேரே வழி நடத்தும் மன்னியாமையிலிருந்து மன்னிப்பு ஒரு புது ஜீவனைத் தருகிறது.

1. தீங்கு செய்தவரை மன்னித்தல் அந்த நபரின் மேல் ஒரு அனுதாபத்தை நம்மில் உண்டாக்கும்.
2. நமக்கு எதிராகச் செயல்பட்டவர்களை மன்னித்தல் அவர்களுக்கு நன்மை செய்யத் தூண்டும்.
3. இருளில் நடக்கிற ஒரு குருடனைப் போன்ற ஒரு அனுபவம்.

தீங்கு செய்தவரை ஆசீர்வதிக்க வேண்டும்

அதிகாலையில் எழும்பிய உடனே முழுமனதுடன் நமக்குத் தீங்கு செய்த அந்த நபரை தேவன் ஆசீர்வதிக்கும்படி ஜெபிக்க வேண்டும். இதுவரை மன்னிக்கும் ஒரு இருதயம் வேண்டும் என ஜெபித்திருக்கலாம். நாம் அவ்விதமான ஒரு பக்குவத்தில் கடந்து வந்திருக்கக் கூடும். ஆனால் அந்த எதிராளியை இனி ஆசீர்வதிக்கத் தொடங்கிவிடலாம்.

தேவனுக்கு நன்றி செலுத்த வேண்டும்

நாம் நமக்குத் தீங்கு செய்தவர்களுக்காக (மத். 5:44-ம் வசனத்தின்படி "நான் உங்களுக்குச் சொல்லுகிறேன்; உங்கள் சத்துருக்களைச் சிநேகியுங்கள்; உங்களைச் சபிக்கிறவர்களை ஆசீர்வதியுங்கள். உங்களைப் பகைக்கிறவர்களுக்கு நன்மை செய்யுங்கள்; உங்களை நிந்திக்கிறவர்களுக்காகவும் உங்களைத் துன்பப்படுத்துகிறவர்களுக்காகவும் ஜெபம்பண்ணுங்கள்). ஜெபித்து, அவர்களை ஆசீர்வதிக்க வேண்டும் என இயேசு திட்டவட்டமாக நமக்குக் கற்றுத் தருகிறார். ஏனெனில் தேவனே இந்த நபரை, சூழலை நாம் எதிர்கொள்ளும்படி வைத்திருக்கிறார் என்று அறிந்துகொள்ள வேண்டும். ஏனெனில் அவர் ஒரு தெய்வீக சுபாவத்தை நம்மில் உருவாக்க வேண்டியே திட்டமிட்டு நம்மிடையே செயல்பட்டுக் கொண்டிருக்கிறார். பரிசுத்த ஆவியானவரின் இந்த ஆட்கொள்ளுதலை நம்மில் அனுமதித்திருக்கிறார். இன்னும் வேறு விதமாகக் கூறினால், தேவன் நம்மில் செய்ய நினைக்கிற இந்த நல்ல வேலையை நாம் தடுத்து நிறுத்தினால் நடப்பதென்ன? பரிசுத்த ஆவியானவருக்குப் பதிலாக அசுத்த ஆவிகளின் கசப்பு, கோபம், வைராக்கியம் இவை முறையே செயல்படத் தொடங்கிவிடும். தேவ நோக்கமாகிய இந்தச் சூழலில் அவருக்கு நன்றி கூறி,அவர் சித்தத்தின்படி தீங்கிழைத்தவர்களுக்காக ஜெபம் செய்யும் போது, தெய்வீக சுபாவம் நம்மில் செயல்படத் தொடங்கிவிடும்.

தேவனிடம் மன்றாடி ஜெபிக்க வேண்டும்

சங். 13 :1-4 கர்த்தாவே, ஆழங்களிலிருந்து உம்மை நோக்கிக் கூப்பிடுகிறேன். ஆண்டவரே என் சத்தத்தைக் கேளும், என் விண்ணப்பங்களின் சத்தத்திற்கு உமது செவிகள் கவனித்திருப்பதாக. கர்த்தாவே நீர் அக்கிரமங்களைக் கவனித்திருப்பீரானால், யார் நிலை நிற்பான்? ஆண்டவரே உமக்கு பயப்படும்படிக்கு உம்மிடத்தில் மன்னிப்பு உண்டு என சங்கீதக்காரர் இதயத்தின் அடி ஆழத்திலிருந்து கூப்பிடுகிறார். மன்னிப்பைப் பெறுவதற்காகவே தேவனை நோக்கி கெஞ்சுகிறார். எனவே நாமும் இந்த மன்னிப்பைப் பெற்று நமக்கு எதிரானவர்களை மன்னிப்பதினால் இயேசுவையே நாம் நேசிக்கிறோம் என்பதை அறிந்து கொள்கிறோம்.

பாவங்களை அறிக்கையிடுவது / ஒப்புக்கொள்வது

நாம் முழு இருதயத்துடன் நமது பாவங்களை அறிக்கையிட்டு பாவ மன்னிப்பைப் பெற்றுக்கொள்ள வேண்டும். யாத். 32: 4 - அவர்கள் கையிலிருந்து அவன் அந்தப் பொன்னை வாங்கி, சிற்பக்கருவியினால் கருப்பிடித்து, ஒரு கன்றுக்குட்டியை வார்ப்பித்தான். அப்பொழுது அவர்கள்: இஸ்ரவேலரே, உங்களை எகிப்து தேசத்திலிருந்து அழைத்துக் கொண்டு வந்த உங்கள் தெய்வங்கள் இவைகளே என்றார்கள். ஆகிலும் நான் விசாரிக்கும் நாளில் அவர்களுடைய பாவத்தை அவர்களிடத்தில் விசாரிப்பேன் என்றார். நிச்சயமாகவே ஆரோனின் உண்மையற்ற அறிக்கை அல்லது அரை குறையான மனஸ்தாபம் இல்லாத அறிக்கையினால் யாத். 32:27-ன்படி 'அவர் அவர்களை நோக்கி : உங்களில் ஒவ்வொருவனும் தன் பட்டயத்தைத் தன் அரையிலே கட்டிக்கொண்டு பாளயமெங்கும் உள்ளும் புறம்பும் வாசலுக்கு வாசல் போய், ஒவ்வொருவனும் தன்தன் சகோதரனையும் ஒவ்வொருவனும் தன்தன் சிநேகிதனையும் ஒவ்வொருவனும் தன்தன் அயலானையும் கொன்று போடக்கடவன் என்று இஸ்ரவேலின் தேவனாகிய கர்த்தர் சொல்லுகிறார் என்றான்.' தேவனின் கோபாக்கினை வெளிப்பட்டது. 3000 பேர் விழுந்தார்கள் என 29-ம் வசனம் கூறுகிறது. எனவே இந்தச் சம்பவம் நம் ஒவ்வொருவருக்கும் ஒரு எச்சரிக்கையாகவே இருக்கட்டும். சங்கீதக்காரர் 'சங். 32:3, 5- நான் அடக்கி வைத்த மட்டும் நித்தம் என் கதறுதலினாலே என் எலும்புகள் உலர்ந்து போயிற்று. நான் என் அக்கிரமத்தை மறைக்காமல், என் பாவத்தை உமக்கு அறிவித்தேன். என் மீறுதல்களைக் கர்த்தருக்கு அறிக்கையிடுவேன் என்றேன். தேவரீர் என் பாவத்தின் தோஷத்தை மன்னித்தீர். இரவும் பகலும் தேவனுடைய கை பாரமாக ....' இறுதியில் அறிக்கையிடுவேன் என்றும், தேவ மன்னிப்பைப் பற்றியும் குறிப்பிடுகிறார். எனவே தேவனுடைய பாரமான கோப கரம் நம்மேல் வராதபடி பார்த்துக்கொள்ள வேண்டும்.. பாவத்தின் விளைவாக அதிபயங்கரமான தேவ கோபம் நம்மில் வந்து விடும் முன்னதாகவே மன்னிப்பைப் பெற்று விடுதலையுடனே ஜீவிப்போம்.

நம்முடைய பாவங்களை மறைத்து வைக்காமல் வெளிச்சத்தில் கொண்டு வந்து அவற்றைச் சரியான விதத்தில் பாவத்தை தேவசமூகத்தில் ஒத்துக்கொண்டு, மன்னிப்பை தேவனிடத்தில் மன்றாடிப் பெற்றுக்கொண்டு வாழும் வாழ்வே இலகுவானதாகும். குற்ற உணர்வையும் கடுமையாக வாதிக்கும் பாவ உணர்வையும் நாம் தேவனிடத்தில் மனத் தாழ்மையுடன் அறிக்கையிடாமல், அவருடைய மன்னிப்பைக் கேட்க விளையும்பொது, மன்னிப்பை பெற இயலாது. தொடர்ந்து மனதளவில் நம் மகிழ்ச்சி, சரீர அளவில் சுகம் ஆரோக்கியம் இவற்றைப் பறிகொடுக்க நேரிடும். மாறாக மன்னிப்பைப் பெற்றுக்கொண்டால் அளவு கடந்த மகிழ்ச்சியும், ஆனந்தமும் நமக்கே உரியதாகும். ஒருவேளை வேண்டிக்கொண்ட பின்னரும் முழுமையான மன்னிப்பைப் பெற்று பாவ பாரத்திலிருந்து விடுபட இயலாவிடில், தேவனுடைய மன்னிப்பைப் பெற்ற ஊழியர்களின் உதவியைப் பெற்றுக்கொள்ளவேண்டும்.

நான் உண்மையிலேயே மன்னித்து விட்டேனோ?

முக்கியமாக நாம் விளங்கிக்கொள்ள வேண்டிய ஒரு உண்மையும் நம்மைத் தற்பரிசோதனைச் செய்யும் ஒரு உள்ளார்ந்த கேள்வியும் என்னவென்றால், நான் அந்த நபரை அல்லது நபர்களை முழுமையாக மன்னித்து விட்டேனா? அதற்கான சரியான விடை நம்மில் தான் இருக்கிறது. அதாவது நம் நெருங்கிய நண்பர், உறவின் முறையார் சகோதரர்கள் நமக்குச் செய்துவிட்ட தீமைகளை மன்னித்த பின்னர் வேறு எவரிடமும் நாம் கூறுவது

இல்லை என்னும் ஒரு உறுதியான தீர்மானமும் அதில் உண்மையாய் நிலைத்திருப்பதும் மிக அவசியம்.

அதுபோலவே யோசேப்பு சிறைச்சாலையில் இருந்தபோது அவனுடன் கூட சிறையிலிருந்த கைதி ஒருவனிடம் அவன் சிறையில் ஏன் சேர்க்கப்பட்டான் என்பதை விளக்கிச் சொல்ல நேரிட்ட போது, மிக அழகாக தான் செய்யாத ஒரு தவறுக்காக எபிரேய தேசத்திலிருந்து தான் களவாய்க் கொண்டுவரப்பட்டதாய் பிறர் தவறு வெளிப்படாதபடி தன்னை முழு மன்னிப்புக்கும் உரியவனாய் ஞானமாய் தன் காரியத்தைக் கூறுகிறான். மேலும் ஆதி. 45:1-ல் யோசேப்பு தன்னைச் சுற்றியிருந்த எகிப்தியரை ஏன் வெளியே போகச் சொன்னான் என்று சிந்தித்ததுண்டா?..... யோசேப்புக்கு எதிராக அவன் சகோதரர் செய்த தவறுகளை அவர்களுக்குத் தெரியப்படுத்த வேண்டாம் என்பதற்காகவே. இது தான் சரியான மன்னிப்புக்கான ஒரு எடுத்துக்காட்டு.

யோசேப்பு அந்தப் பானபாத்திரக்காரனிடம், தன் சகோதரர் அவனுக்குச் செய்த தீமைகளை விவரமாய்க் கூறியிருக்கலாம். ஆனால் அவன் அதை செய்யவில்லை. காரணம் என்னவெனில் அவன் ஏற்கனவே அவர்களெல்லாரையும் மன்னித்துவிட்டான். எனவேதான் நாமும் முழுமையாகப் பிறரை மன்னியாவிடில் நாமும் அடைப்பட்டுக் கிடக்கிற பல்வேறு சிறைகளிலிருந்து வெளியே வர இயலாது.

அநேக சந்தர்ப்பங்களில் ஒருவிதமான ஆழ்ந்த ஏமாற்றத்தின் கீழ்தான் செயல்படுகிறோம். அதாவது நாம் பிறரை மன்னித்தது போன்ற ஒரு தோணுதல் மனதில் காணப்படலாம். ஆனால் மன்னிக்காத ஒரு ஆவிக்கு அடிமைப்பட்டு உள்ளோம் என்பதனை அறிந்து கொள்வதில்லை. இப்படிப்பட்டவர்களுக்கு எவ்வளவேனும் கற்றுத்தரவே இயலாது. இப்படிப்பட்டவர்கள் பிறரை மன்னித்துவிட்டதாகக் கூறுவார்கள். ஆனால் மறுவினாடியே அந்த நபர் எப்படிபட்டவர் என்று விமர்சித்துக்கொண்டே இருப்பார்கள். இவர்கள்தான் சகோதரர் மேல் குற்றம் சாட்டும் சாத்தானின் கையாட்கள்.

எந்த மனிதனையும் தீதாகப் பேசாதே. அவ்விதமாகவே பேச முன் வரும் போது மன்னியாமை என்னும் ஒரு அசுத்த ஆவி உன்னை மேற்கொண்டு உன் குடும்பத்தை அழித்துவிடும். நாம் பிறரை மன்னிக்கும் போதே அவர்கள் மேலும் குற்ற உணர்வற்றவர்களாய் இருந்துவிடாதபடி அவர்களை முற்றிலுமாய் மன்னித்து, அவர்களும் தங்களை வருத்திக் கொள்ளாத நிலையில் நாமும் செயல்படவேண்டும். நாம் மன்னித்துவிடத் தவறும்போது சாத்தான் பலவிதமான எதிர்மறையான பய உணர்வுகளினால் நிரப்பி விடுவான். அன்பில் பயமில்லை. பூரண அன்பு பயத்தைப் புறம்பே தள்ளிவிடும். பயம் வேதனையுள்ளது. பிறரை மன்னிக்க மனமற்றவர்கள் நிச்சயம் வேதனைக்குள் ஆவார்கள்.

பொதுவாக அதிக முக்கியமான ஒரு மறை பொருள் பிறரை மன்னிக்க இயலாதவர்களை நன்கு அறிந்து கொள்ளும்போது அவர்கள் மறைவான இரகசியப் பாவங்களில் சிக்குண்டு தவிப்பவர்களாகக் காணப்படுவார்கள்.

எதிர்மறையான பயங்கள் யாவுமே சாத்தானின் மறைவான செயல்களால் உருவாக்கப்படுவது தான். ஆனால் தேவன் மேல் உள்ள விசுவாசத்தினால் சாத்தானை எதிர்த்து நிற்கும்போது மனத் தாழ்மையுடன் தேவனிடத்திலிருந்து மன்னிப்பைப் பெற்று பிறருக்கும் மன்னிப்பைக் கொடுத்து, இந்தப் பயங்களிலிருந்து விடுபடலாம். இயேசுவின் நாமத்திற்கு சாத்தான்

நடுங்குவான். தேவன் நமக்குப் பயமுள்ள ஆவியைத்தராமல், பலமும் அன்பும் தெளிந்த புத்தியுமுள்ள ஆவியையே கொடுத்திருக்கிறார் (II தீமோ. 1:7).

யோசேப்பு தன் சகோதரர்களின் பயத்தை நீக்கிவிட்டான். நீங்கள் என்னை விற்று போட்டதற்காக விசனமடைய வேண்டாம். உங்களையே நொந்து கொள்ள வேண்டாமென அவர்களையும் தேற்றுகிறான். இதுவே மன்னிப்பின் முத்திரை.

இயேசு கிறிஸ்துவும் தனக்கு எதிராகத் தீங்கிழைத்தவர்க்கு முழு மனதாக மன்னிப்பை அளித்து, மேலும் அவர்களுக்குத் தீமை வராமல் நன்மையையே செய்தார். நாமும் அது போலவே தீமை செய்தவர்களைப் பகைத்து ஒதுக்கிவிடாமல் அவர்களுக்கு நன்மை உண்டாக தேவனிடம் விண்ணப்பம் செய்ய வேண்டும். நாம் பிறரை மன்னித்து விட்ட பின், அவர்களை விட்டு விலகி தூரமாகப் போக வேண்டாம். ஆதி. 45:4 - அப்பொழுது யோசேப்பு தன் சகோதரரை நோக்கி : என் கிட்ட வாருங்கள் என்றான். அவர்கள் கிட்டப் போனார்கள்; அப்பொழுது அவன் நீங்கள் எகிப்துக்குப் போகிறவர்களிடத்தில் விற்றுப்போட்ட உங்கள் சகோதரனாகிய யோசேப்பு நான்தான்.18-ம் வசனம், உங்கள் தகப்பனையும் உங்கள் குடும்பத்தாரையும் கூட்டிக்கொண்டு, என்னிடத்தில் வாருங்கள், நான் உங்களுக்கு எகிப்து தேசத்தின் நன்மையைத் தருவேன்; தேசத்தின் கொழுமையைச் சாப்பிடுவீர்கள். என்னிடத்தில் வாருங்கள் என்று அவர்களைத் தன்னண்டையிலே வைத்துக்கொண்டான். முக்கியமாகக் கவனிக்க வேண்டிய விஷயம் என்னவெனில், அவன் தன் சகோதரர்களை மட்டுமல்ல அவர்கள் பிள்ளைகளையும் கிட்ட அழைத்து வைத்தான்.

ஆதி. 45:10- நீரும், உம்முடைய பிள்ளைகளும், அவர்களுடைய பிள்ளைகளும், உம்முடைய ஆடுமாடுகளோடும் உமக்கு உண்டாயிருக்கிற யாவற்றோடும் கோசேன் நாட்டில் வாசம் பண்ணி என் சமீபத்தில் இருக்கலாம்.

பொதுவாக சிலர், நான் மன்னித்துவிட்டேன் ஆனால் அதிகம் நெருங்க மாட்டேன் என்று கூறுவதைக் கேட்டிருக்கிறேன். இல்லாவிடில் லூக்கா 16:26-ல் கூறியபடியே நித்தியத்திலும் இடையே ஒரு பிளவு காணப்படும். எனவே யாரிடமிருந்தாவது அத்தகைய தூரம் இருக்கிறதா என்று தற்பரிசோதனை செய்து பார்க்க வேண்டும். அப்படியானால் நித்தியத்திலும் அந்தப் பெரிய பிளவு இருக்கும். எனவே மன்னித்து, தேவனுக்காக அவரைப்போலவே அன்பு, பரிவு, இரக்கம் காட்டிச் செயல்படுவோம். இன்றே அந்தப் பெரும் பிளவை எடுத்து விடுங்கள். இதுவரையிலும் இருந்த பிரிவினை, பாகுபாடு மாற்றி ஐக்கியப்பட்டு தொடர்பு கொண்டு இன்றே செயல்படுங்கள், நீதி. 16:7 தேவன் நமக்கு ஒத்தாசை செய்வார்.

II சாமு. 11:3, அகிதோப்பேல் என்பவன் பத்சேபாளின் தாத்தா. தேவன் தாவீதை மன்னித்துவிட்ட பின்னர் அகிதோப்பேல் தாவீதை மன்னிக்கவில்லை. அவன் தாவீதை ஏமாற்றி அப்சலோமிடம் சேர்ந்து கொண்டான். இறுதியில் தற்கொலை செய்து மாண்டு போனான். II சாமு. 17:23. நாமும் பிறரை மன்னிக்க மறுத்து விடும்போது ஒரு விசித்திரமான குரல் உன் மனதில் பேசி தற்கொலை செய்துகொள்ள பல வழிகளைச் சுட்டிக்காட்டும்.

நாம் மன்னிக்கும் போது மன்னித்தவரிடம் ஒரு மன இரக்கம் உருவாகும்

எதிராளியை மன்னிக்கும்போது அந்த நபரிடம் மன இரக்கம் உருவாகவில்லையென்றால், நாம் சரியாக மன்னிக்கவில்லை என நாம் அறிந்துகொள்ளலாம். இயேசுவுக்கு எதிராகச் செயல்பட்ட நபர்கள் இயேசுவைக் குத்தினார்கள் , வாரினால் அடித்து, முகத்தில் துப்பி,

கன்னத்தில் அறைந்து வேதனை கொடுத்து இம்சைப்படுத்தினார்கள். லூக். 23:34 அப்பொழுது இயேசு : பிதாவே, இவர்களுக்கு மன்னியும், தாங்கள் செய்கிறது இன்னதென்று அறியாதிருக்கிறார்களே என்றார். அவருடைய வஸ்திரங்களை அவர்கள் பங்கிட்டுச் சீட்டுப்போட்டார்கள்.

அன்பான தேவப் பிள்ளைகளே, எவ்வளவு அதிக தீமைகளைச் செய்திருந்தாலும் அவ்வளவுக்கு அதிகமான இரக்கமும் பரிவும் உடையவர்களாயிருந்து, அவர்களிடத்தில் அதிக இரக்கம் காண்பிக்க வேண்டும். லூக்கா 6:38 - கொடுங்கள், அப்பொழுது உங்களுக்கும் கொடுக்கப்படும், அமுக்கிக் குலுக்கிச் சரிந்து விழும்படி நன்றாய் அளந்து உங்கள் மடியிலே போடுவார்கள்; நீங்கள் எந்த அளவினால் அளக்கிறீர்களோ அந்த அளவினால் உங்களுக்கும் அளக்கப்படும் என்றார். ஒரு நாள் நாம் நியாயாசனத்திற்கு முன் நிற்கும்போது நம் சத்துருவுக்கு எதிராக நமக்கு இரக்கம் காண்பிப்பார்.

மன்னிக்கிறவனுக்கு தேவனைப் பற்றிய ஒரு உணர்வு எப்போதும் உள்ளத்தில் இருக்கும். இந்த உணர்வானது எவைகள் நமக்கு முன் சம்பவித்ததோ, இப்போது சம்பவிக்கிறதோ, மேலும் சம்பவிக்க வேண்டியதாயிருக்கிறதோ யாவும் தேவன் அறிந்த பின்னரே நமக்கு சம்பவிக்கிறது. அதுவும் எல்லாம் நமக்கும் பிறருக்கும் கூட நன்மையாக முடிகிறது என்ற ஒரு ஆழமான அறிவு உருவாகி அதின் அடிப்படையில் நாம் செயல்படுவோம். இப்பேர்பட்ட மனிதன் எல்லாவித சூழலிலும் எல்லா வேளைகளிலும் எல்லாவற்றிலுமே தேவனைக் காண்கிறான். மேலும் பரலோகத்தை இப்பூமியிலேயே அனுபவிக்கிறான். மன்னித்து வாழ்கின்ற மனிதர் மட்டும்தான் இதயத்தில் இளைப்பாறுதலை அனுபவிக்க இயலும். யோசேப்பு ஒரு சரியான உதாரணம். எல்லாவற்றையும் எல்லாவற்றிலும் தேவனுடைய கரத்தைப் பார்த்துக் கொண்டிருந்தான். எனவேதான் தன் சகோதரர்களைப் பார்த்து, 'என்னை இவ்விடத்தில் வரும்படி விற்றுப்போட்டதினால் நீங்கள் சஞ்சலப்பட வேண்டாம், பூமியிலே உங்கள் வம்சம் ஒழியாமலிருக்க.......... தேவன் என்னை உங்களுக்கு முன்னமே அனுப்பினார். நீங்கள் அல்ல, தேவனே என்னை இவ்விடத்துக்கு அனுப்பி.......... நீங்கள் எனக்குத் தீமை செய்ய நினைத்தீர்கள் தேவனோ........... அதை நன்மையாக முடியப்பண்ணினார்' என்றான்.

எல்லாவற்றிலும் எல்லா வேளையிலும் தேவனைக் காண நாம் முற்படும் போது, தேவன் செய்யும் நன்மைகளைக் காண இயலும். எனவே கொடுமைகள் நிறைந்த இவ்வுலகிலும் அப்படிப்பட்ட மனிதர்கள் இளைப்பாறுகிற ஓர் உலகத்தில் வாழ்வதினைப் போலவே காணப்படுவார்கள். மாறாக, தன் உணர்வுடன், தன் இச்சையுடன் இயங்குகிறவர்கள் எப்போதும் ஏமாற்றம் கசப்பும் மனதாங்கல் முதலான வேதனை நிறைந்த நரகத்தையே அனுபவிப்பார்கள். தேவனுடன் சேர்ந்து நிற்கும்போது சாத்தானின் எந்த ஒரு தாக்குதலும், வியாதியும், பயங்களும் நம்மை அண்டி வரவோ அச்சுறுத்தவோ இயலாது. எந்த மனநிலையை நாம் காத்துக்கொள்ளும்போது, சாத்தானின் சதித்திட்டங்கள் வலுவிழந்து, அவன் வல்லமை உடைந்து நாம் விடுதலை அடைகிறோம்.

மன்னிக்க இயலாத நாம் நமக்காகவே ஒரு நரகத்தை இப்பூமியில் உருவாக்கிக் கொள்கிறோம். II நாளா. 6:27 நாம் மன்னிக்க மறுத்து விடும்போது அந்த நபரை நாம் வெறுக்கத் தொடங்கிவிடுவோம். வேதம் கூறுகிறது 'தன் சகோதரனைப் பகைக்கிறவன் இருளிலே இருக்கிறான். இருள் அவன் பாதையை அந்தகாரப்படுத்துகிறபடியால் அவன் தான் செல்-

லும் பாதையை அறியாதிருக்கிறான்.' எவ்வளவு பயங்கரம், கற்பனை செய்து பாருங்கள். இருளில் ஒரு மனிதன் எப்படி நடந்து செல்ல முடியும்? சென்று சேர வேண்டிய இடமறியாது பள்ளத்தில் விழுவான் அல்லது அழிவையே காண்பான் என்பது நிச்சயம்.

6

பய உணர்வு

பயம் என்பது சாத்தான் சொல்வதின் மேல் வைக்கும் விசுவாசம்

நம்முடைய வாழ்வில் தேவன் மட்டுமல்ல, சாத்தானும் நம்மிடம் பேசிக் கொண்டிருக்கிறான் என்பதை நினைவில் கொள்ளவேண்டும். யோவான் 8:44-ல் சாத்தான் பொய்யனும் பொய்க்குப் பிதாவுமா யிருக்கிறான் என்று சொல்லப்பட்டுள்ளது. சாத்தான் சொந்தமாகப் பேசும் பொய்களை நாம் நம்பும் போது, சாத்தான் நம் இருதயத்தில் புகுந்து தேவனுக்குப் பிரியமானவைகளைச் செய்யாதபடி தடுத்து விடுகிறான். ஆகவே தேவனுக்காக நம் இதயத்தைத் திறந்து அவருடைய வார்த்தைகளின் மேல் விசுவாசமுள்ளவர்களாய் வாழ வேண்டும். சாத்தானானவன் அவ்வப்போது உண்மைக்குப் புறம்பான எண்ணங்களை நம் இருதயத்தில் வைத்துவிட்டுப் போகிறான். நாம் அவற்றை நம்பும்போது, அது உண்மையைப்போல் ஆகிவிடுகிறது. நாம் பயப்படும் போது தேவனைப் பிரியப்படுத்த முடியாமல் ஆகிவிடுகிறது. தேவன் நம்மை அளவில்லாமல் நேசிக்கிறார். அவருடைய அன்பு அளவிட முடியாதது. நம் மீது இரக்கம் கொண்டவராகவே தேவன் காணப்படுகிறார்.

தேவனிடம் ஒரு பெரிய அழிப்பான் உண்டு. அவர் அதைக் கொண்டு நம்முடைய நினைவுகளை சுத்தமாக்குவார்

தேவன் நம்முடைய நினைவுகளையும், நம்முடைய வாயின் வார்த்தைகளையும் முன்னமே அறிந்திருக்கிறார். நாம் செய்யப்போகிற தவறுகளையும் கூட தம்முடைய முன்னறிவின்படி நன்கு அறிந்திருக்கிறார். நம்மில் எவ்வளவு குறைகள் இருந்தாலும், தவறுகள் இருந்தாலும் தேவன் நம்மை இன்னும் நேசிக்கிறார் என்பது எவ்வளவு ஆச்சரியம்! தேவன் நம்மேல் நோக்கமுடையவராய் நம்மைத் தெரிந்துகொண்டு இயேசுகிறிஸ்துவின் மூலமாய் அவருக்கும் நமக்குமிடையே ஒரு உறவைக் கொண்டு வந்தார். ஞானிகளை வெட்கப்படுத்தும்படி பைத்தியமானவைகளையே இவ்வுலகில் தெரிந்து கொண்டார்.

தேவன் நம்முடைய உருவம் இன்னதென்று ஆராய்ந்து நம்மை மண்ணென்று நினைவு கூருகிறார்

மனிதர்களாகிய நாம் மற்றவர்களுடைய தோற்றங்களையும், சாதனைகளையும் உற்று நோக்கிக் கொண்டிருக்கிறோம். ஆனால் தேவன் எல்லாருடைய இருதயங்களையும் பார்த்துக் கொண்டிருக்கிறார். உங்கள் வாழ்வின் இயல்பு நிலை என்ன? யாக்கோபு 4:14- 'நம்முடைய

ஜீவனானது கொஞ்சகாலந்தோன்றி, பின்பு தோன்றாமற்போகிற புகையைப் போலிருக்கிறது' என்று வேதம் குறிப்பிடுகிறது. தேவன் நம்மைக் குறித்த எல்லாவற்றையும் அறிந்திருக்கிறார். அவருடைய நோக்கத்தை நிறைவேற்றவே தேவன் நம்மைத் தெரிந்துகொண்டார். இயேசு கிறிஸ்துவின் மேல் நம்பிக்கை உடையவர்களாய் நாம் வாழும்போது, தேவனுக்கு முன்பாக நம்மைக் குற்றமற்றவர்களாய் இயேசு முன் நிறுத்துவார்.

தேவன் நம் பட்சத்தில் இருக்கும்பொழுது சாத்தான் நம்மை எதிர்க்கத்தான் செய்வான்

நம்மில் நாமே கேட்க வேண்டிய கேள்விகள், தேவனோடு இணைந்து செயல்படுவதற்கு உடன்படிக்கை செய்வதா? (அல்லது) சாத்தானோடு இணைந்து உடன்படிக்கை செய்வதா? முதலில் உங்களுக்கு எதிராகச் செயல்படுவதை நிறுத்துங்கள். ஏனென்றால் சாத்தான் உங்களுக்கு எதிராகச் செயல்பட்டுக் கொண்டிருக்கிறான்.

சாத்தானுடைய பொல்லாத கிரியைகளினாலே மக்கள் மக்களுக்கு எதிராகச் செயல்படுவதை நாம் கண்டிருக்கிறோம். சாத்தானானவன் நம் நம்பிக்கையைத் தாக்கும் விதத்தில் கிரியை செய்து கொண்டிருக்கிறான். நம்மைக் குறித்து எப்போதாவது யோசித்துப் பார்க்கிறோமா? அல்லது மற்றவர்களுடைய அபிப்பிராயங்களையே சார்ந்து வாழ்கிறோமா? சில சமயங்களில் நம்மை நோக்கி வரும் கருத்துகளும், தீர்ப்புகளும், எண்ணங்களும் எதிரியாகிய சாத்தானால் உண்டானவைகளாய் இருக்கலாம். ஆகவே சாத்தானுடைய அந்தகாரக் கிரியைகளைப் புரிந்து கொண்டு, அவனை எதிர்க்கிறவர்களாகச் செயல்படவேண்டும். நம்மைக் குறித்து மற்றவர்கள் எப்படி நினைத்தாலும் அது ஒரு பிரச்சனை அல்ல. தேவன் நமக்காக இருக்கிறார் என்பதை மட்டும் நினைவில் வைத்திருந்தால் போதும். வேதம் சொல்கிறது, 'தேவன் நம் பட்சத்திலிருக்கும் போது மற்றவர்கள் நமக்கு எதிராக என்ன செய்யக்கூடும்?' ஆகவே எபிரேயர் 13:6-ன் படி 'நாம் தைரியங்கொண்டு கர்த்தர் எனக்குச் சகாயர். நான் பயப்படேன். மனுஷன் எனக்கு என்ன செய்வான்' என்று நம்மை நாமே தைரியப்படுத்தி அறிக்கை செய்வோம்.

மனித பயத்திலிருந்து நாம் விடுவிக்கப்பட வேண்டும்

மனித பயம் ஒரு கண்ணி என்று வேதம் கூறுகிறது. இந்தக் கண்ணியிலிருந்து நாம் முற்றிலுமாக விடுவிக்கப்பட வேண்டும். மற்றவர்கள் நம்மைக் குறித்து என்ன நினைத்தாலும் பரவாயில்லை. இயல்பாகவே மக்கள் பிறரின் அங்கீகரிப்பை எதிர்பார்ப்பதுண்டு. தங்களை எல்லோரும் உத்தமர்களாக நினைக்கவேண்டும் என்று நினைப்பதுண்டு. நம்முடைய வெளித்தோற்றங்களினால் நம்மை உத்தமர்களாக வெளிப்படுத்துவோமானால் நாம் ஏமாற்றப்படுவோம். நாம் உத்தமமில்லாத மனிதர்கள். நம்முடைய எண்ணங்களை மாற்றாதபோது, நாம் திருப்தியடைவதுமில்லை. எந்தக் காரியத்தையும் செயல்படுத்துவதுமில்லை.

நம்முடைய தாலந்துகள் தேவனிடமிருந்து வருகின்றன. நாம் செய்கின்ற காரியங்களை மற்றவர்களும் இதே போல் நிறைவேற்ற இயலாத நிலையில் அவர்களை ஏளனமாக நினைத்தல் கூடாது

தேவனுடைய கிருபையின்படி, நம்முடைய பெலன் தேவனிடத்திலிருந்து வருகிறது என்றும், மற்றவர்களைக் காட்டிலும் நாம் மேலானவர்கள் அல்ல என்றும் நம்மை நாமே மதிப்பீடு செய்து கொள்ள வேண்டும். தன்னிறைவு பெறும் இந்தக் கண்ணியில் நாம் வீழ்ந்துவிடாதபடி, நம்மைப் புறக்கணிப்பது, வெறுப்பது, நம்மை நாமே கெடுத்துக் கொள்வது போன்ற

பதிலற்ற செயல்களுக்கு இடங்கொடாமல் எல்லாவற்றிற்கும் தேவனையே நாடி, என்னைப் பெலப்படுத்துகிற கிறிஸ்துவினாலே எல்லாவற்றையும் செய்ய எனக்குப் பெலனுண்டு என்ற நிச்சயத்தினால் நம்மை நாமே தாழ்த்தி, எல்லாவிதமான அடிமைத்தனங்களிலிருந்தும் வெளி-யேறிவிடவேண்டும். கிறிஸ்துவாலன்றி நம்மால் எதையும் செய்ய முடியாது எனச் செயல்பட முன்வர வேண்டும். இதைத்தான் வேதமும் நாம் நமக்குள்ளே மனிதாபிமானத்துடன் நடந்து கொள்ளவும் நம்மில் நாமே குறைகளைக் காணும் எண்ணம்கொண்டவர்களாய் இருப்போமா-னால் தேவ சித்தத்திற்குவெளியே செயல்படுகிறவர்களாய்த் தான் இருப்போம். பவுல் அடி-யாரும் கூட ஒரு நியாயாசனத்தில் அமர்ந்து தன்னைக் குற்றப்படுத்தவோ அல்லது பிறர் தன்னைக் குற்றப்படுத்துவதற்கோ மறுத்துவிட்டார். I கொரிந்தியர் 4:3 'ஆயினும் நான் உங்-களாலேயாவது மனுஷருடைய நியாய நாளின் விசாரணையினாலேயாவது தீர்ப்பைப் பெறு-வது எனக்கு மிகவும் அற்ப காரியமாயிருக்கிறது. நானும் என்னைக் குறித்துத் தீர்ப்புச் சொல்-லுகிறதில்லை.'

பவுல் அடியார் கிறிஸ்துவில் உறுதியுடையவராக இருந்தார். ஏனெனில் கிறிஸ்துவின் வழியாக அவர் தேவனால் முற்றிலும் ஏற்றுக்கொள்ளப்பட்டுவிட்டார் என்பதை அவர் அறிந்-திருந்தார். கிறிஸ்துவுக்குள் அவர் யார் என்பதையும், எங்கிருந்து வந்தார் என்பதையும் நினைவில் வைத்திருந்தார். தன்னுடைய கடந்த கால நிகழ்வுகளையும் தன்னுடைய கண்கள் திறக்கப்படுவதற்கு முன் கிறிஸ்தவர்கள் துன்புறுத்தப்பட்டதும் அவருடைய மனதில் நீங்காத நினைவுகளாய் இருந்தன. இருப்பினும் பின்னானவைகளைக் களைந்து பூரணத்தை அடைய பிரயாசப்பட்டேன் என்று அவர் எண்ணங் கொள்ளவில்லை. தான் செய்த தவறுகளைப் பற்றி நன்கு அறிந்தவராகக் காணப்பட்டார். ஆனாலும் தன்னை வெறுத்து நிராகரித்து விட-வில்லை.

பரிசுத்த பவுல் தன்னை ஒரு விடுதலை பெற்ற நபராக வெளிப்படுத்தும் ஒருவிதமான நம்பிக்கை இயேசுகிறிஸ்துவின் மரணத்தினாலே நாம் விடுதலையாகிறோம் என்பதை வெளிப்படுத்துகிறது.

தேவன் நமக்கு இலவசமாய்த் தருகிற இந்த விடுதலையினால் நாம் என்றென்றும் மகிழ்ச்-சியுடன் வாழ, தம்முடைய ஒரே குமாரனாகிய இயேசுகிறிஸ்துவை மரணத்திற்கு ஒப்புக்-கொடுக்கச் சித்தங்கொண்டார். அவருடைய குமாரனின் அன்பினால் நமக்கு விடுதலை-யைக் கொடுத்தார். தேவன் நம்மைக் காண்பது போலவே நாமும் நம்மைக் காண வேண்டும். விலையேறப் பெற்ற இந்தப் பாக்கியத்தை, கிருபையுள்ள தேவன் எந்தத் தகுதியுமில்லாத நரகாக்கினைக்குட்பட்ட, ஈனப் பாவிகளை மனதில் கொண்டு இவ்வுலகிற்குத் தந்தருளினார்.

உங்கள் தவறுகளை நினைத்து உங்கள் நம்பிக்கையை இழந்து அதிக நேரத்தைச் செலவு செய்கிறீர்களா? நல்வாழ்க்கை வாழ முடியும் என்ற நம்பிக்கையை இழந்து விட்டீர்களா?

மனச்சோர்வினாலும், அதைரியத்தினாலும் நம்பிக்கையிழந்து மிகவும் துக்கமடைந்திருக்-கிறீர்களா? அப்படியானால் இன்றே ஒரு மாற்றத்தை உருவாக்குங்கள். உங்களைக் குறித்த புதியதொரு மனநிலையை உருவாக்குங்கள் பவுலடியாரும் இப்படிபட்டதான ஒரு தீர்மா-னத்தை எடுக்க வேண்டியதிருந்தது. அவரைப் போல நீங்களும் ஒரு தீர்மானத்தை மேற்-கொள்ளவேண்டும். அந்தத் தீர்மானத்தினால் உங்கள் வாழ்நாள் முழுவதும் தேவனை மகி-மைப்படுத்த வேண்டும்.

தங்களைத்தானே எதிர்மறையான அணுகுமுறையுடன் செயல்படுகிறவர்களால் தேவன் கனவீனப்படுத்தப்படுகிறார். அவமதிக்கப் படுகிறார். ஒருவேளை நாம் நேசித்தவர்களுக்கு பல தியாகங்களைச் செய்து, பல கஷ்டங்களை சகித்து, அவர்களின் சந்தோஷத்திற்காக நாம் மரிக்க முன்வந்தாலும், அவர்கள் நம்மை புறக்கணிக்கும் சமயத்தில் நம்முடைய மனநிலை எப்படி இருக்கும். பிலிப்பியர் 3:12-ல் 'நான் அடைந்தாயிற்று அல்லது முற்றிலும் தேறினவனானேன் என்று எண்ணாமல், கிறிஸ்து இயேசுவினால் நான் எதற்காகப் பிடிக்கப் பட்டேனோ, அதை நான் பிடித்துக்கொள்ளும்படி ஆசையாய்த் தொடர்கிறேன்' என்று பவுலடியார் கூறுகிறார்.

நம் வாழ்வின் மிகப் பெரிய தவறு எதுவென்றால் நம்முடைய தவறுகளையும், உணர்வுகளையும் மறைக்க முயற்சிப்பது தான். ஏன் நம்முடைய தவறுகளை மறைக்க முயற்சிக்கிறோம் என்பது தேவனுக்கு தெரியும்.

வெளிச்சத்தை கண்டு பயப்படவேண்டாம்

தேவன் நம் வாழ்வில் இடைபடும்போது, தேவனுடைய ஒளி நம் வாழ்வின் இருளான பகுதிகளை வெளிப்படுத்தும். நம் வாழ்வில் மறைக்கப்பட்ட காரியங்களைக் கூட நமக்கு தேவன் வெளிப்படுத்துவார். பயம் என்னும் சிறையில் அடைப்பட்டவர்களுக்கு நம்முடைய அனுபவ சாட்சி உதவி செய்யும்

எவ்வளவுக்கதிகமாக நமது கடந்த காலத்தை, அனுபவங்களைப் பகிர்ந்துகொள்ள முன் வருகிறோமோ அவ்வளவுக்கதிகமாய் தீய வல்லமைகள் செயலிழந்து விடுகின்றன. தேவனுடைய அன்பின் வெளிச்சத்திற்கு முன்பாக எல்லாவற்றயும் அறிக்கை செய்து விட்டுவிட வேண்டும். தம்முடைய பாவங்களை அறிக்கை செய்து விட்டு விடுபவர்களை தேவன் அவருடைய கருவிகளாகப் பயன்படுத்துகிறார். தேவன் உண்மையை விரும்புகிறவர். நாமும் உண்மையுள்ளவர்களாய் இருப்பதையே தேவன் விரும்புகிறார்.

ஆயிரக்கணக்கான மனிதர்கள் பெற்றோர்களாலும் உறவினர் களாலும் அவமதிக்கப்பட்டிருக்கலாம். அவ்வாறாக நமக்கு உணர்வுபூர்வமாக, ஆன்மீக ரீதியாக பாதிப்புகள் ஏற்பட்டிருந்தாலும் அவற்றை வெளிப்படையாக அறிக்கை செய்யவேண்டும். மனதிலேயே அவற்றை மறைத்து வைப்போமென்றால் அவை நம் உடல்நலத்தைப் பாதிக்கும். பல தருணங்களில் நாம் மற்றவர்களால் நிராகரிக்கப்பட்டவர்களாயிருந்தாலும், மற்றவர்கள் நம்மைக் குறித்து என்ன நினைப்பார்கள் என எண்ணினாலும், நமக்காக யார் அனுதாபம் கொள்வார் என்று நினைத்தாலும் நமக்காக தேவன் ஒருவர் உண்டு. தேவன் நமது தேவைகளை நிறைவேற்றுவார் என்பதை ஒருபோதும் மறந்து போகக் கூடாது.

புதிய தொடக்கம்

நாம் வேதத்தை வாசித்து வெளிச்சத்தின் பிள்ளைகளாய் வாழக் கற்றுக்கொள்ளும்போது இருளைக் குறித்து பயப்படவேண்டிய அவசியமில்லை. நம்முடைய வாழ்வில் மாற்றங்கள் உருவாகும். தேவன் எல்லாவற்றையும் அறிந்திருக்கிறார். நம்மைப்பற்றி அவருக்கு நன்றாகத் தெரியும் என்று நமக்குள் நினைப்பதுண்டு. ஆனால் உண்மையாக மற்றவர்களிடம் நம்முடைய தவறுகளை மறைப்பது மட்டுமல்ல. நம்மிடமே அவற்றை மறைத்துவிடுகிறோம். தேவன் நம்மைக் குறித்ததான அநேக காரியங்களை நமக்குக் காண்பித்திருக்கிறார்.

உங்கள் பலவீனங்களைக்குறித்து நீங்கள் பயப்பட வேண்டாம். உங்களை நீங்களே வெறுப்பதற்கு அனுமதியாதிருங்கள்

நம்முடைய பலவீனங்களைக் குறித்து நாம் ஒரு போதும் பயப்படவேண்டிய அவசியமில்லை. எல்லாக் குறைகளையும் தேவனிடத்தில் அறிக்கை செய்து ஒப்படைத்து விடுங்கள். நாம் ஆச்சரியப்படும் விதத்தில் நம் குறைகளை மாற்றி நம்மை பெலப் படுத்துவார். தேவன் நமது பட்சத்தில் இருக்கிறார். இதற்கு நாம் என்ன சொல்ல முடியும்? தேவன் நமது பட்சத்திலிருக்க, நமக்கெதிராய் நிற்பவர் யார்?

இவ்விதமாய் நம்மை முற்றிலுமாக தேவனிடத்தில் ஒப்படைக்கும் போது, இவ்வுலக பாரச்சுமைகளிலிருந்து விடுதலைபெற்ற ஒரு அனுபவத்தை நம்மால் உணர முடியும். நாம் வெளிச்சத்தின் பிள்ளைகளாய் வாழ்ந்து விடுதலை பெற முடியும். நமது பெலவீனங்களையும், தகுதியின்மையையும் நம்மைத் தடுமாறச் செய்வதற்கு இடம் கொடுக்கக்கூடாது. நம்மில் உள்ள எல்லாத் தவறுகளையும் பார்த்துக் கொண்டே இருப்பதை விட, நம்மை நேசிக்கிறவர்களாக நம்மை நாமே மன்னிப்பதற்கு அனுமதி கொடுக்க வேண்டும். நாம் உத்தமர்களல்ல. உத்தமர்களாக இருக்க ஒரு போதும் முடியாது.

உங்கள் தவறுகளின் மேல் அக்கறையுடையவர்களாய் தேவனுடைய இளைப்பாறுதலில் பிரவேசியுங்கள்

நம்மில் குறைகள் இருப்பதற்கு தேவன் அனுமதித்திருக்கிறார். நாம் குறைவுள்ளவர்கள் என்பது நமக்கு நன்றாகத் தெரியும். அது தான் நம்பிக்கைக்கான ஒரு படி. நம் வாழ்வில் பெலவீனங்கள் பெருகியிருந் தாலும் தேவன் அவற்றை நிவிர்த்தியாக்குவார். நம் மூலமாக தேவன் கிரியை செய்யத் தொடங்குவார். நமது பெலவீனங்களை நாம் அறிந்திருக்கிறோம் என்ற அறிவு, தேவனை எப்போதும் நிலையாக சார்ந்திருக்கச் செய்யும்.

ஒரு முக்கியமான காரியத்தை செய்யும்படி உங்களை நான் வேண்டுகிறேன். தேவன் நம்மில் கிரியை செய்யும்படி நம்மை நாம் ஒப்படைக்காத தருணத்தில், நம்முடைய தகுதியற்ற செயல்கள் நம்மை விட்டு நீங்காது. நம்மை நாமே அழகுப்படுத்திக் கொண்டு, வெளிவேஷம் தரித்தவர்களாக இருந்தாலும் அகத்தில் காணும் எண்ணங்கள் தான் புறத்தில் வெளிப்படும் என்பது உண்மை.

கட்டுப்படுத்தும் சக்தியை உடைத்தெறிதல்

மற்றவர்கள் நம்மைக் கட்டுப்படுத்த அனுமதிப்பது தேவனுக்கு பிரியமில்லாத காரியம். நமக்கு விடுதலையைத் தரும்படியாய் தேவன் தமது ஒரே குமாரனாகிய இயேசுகிறிஸ்துவை இவ்வுலகிற்கு அனுப்பினார். நம் வாழ்வை மற்றவர்கள் கட்டுப்படுத்த இடங்கொடுக்கக் கூடாது. கட்டுப்படுத்தும் வல்லமைகளை தகர்த்தெறிந்து விட வேண்டும். பரிசுத்த ஆவியானவரைத் தவிர, மற்றவர்களால் நாம் கட்டுப்படுத்தப்படுவது தேவனுக்குச் சித்தமானது அல்ல.

பிறரின் ஒப்புதலுக்கு அடிமையானவர்கள், அவர்களால் கட்டுப்படுத்தப்படுவார்கள்

எதிரியாகிய சாத்தான், நமது வழியில் யாரையாவது அனுப்பி அவர்கள் மூலமாக நம்மைத் திசைத் திருப்புவான். சாத்தான் அனுப்புகின்ற அந்த நபர், சந்தர்ப்பங்களை சாதகமாகப் பயன்படுத்தி, மற்றவர்களைக் குறித்து எவ்வித அக்கறையுமின்றி, தன்னுடைய சுய இலாபத்திற்கு மக்களைப் பயன்படுத்திக்கொள்வான். நம்மால் இயன்ற வரையிலும் இவ்விதமான அடிமைத்தனத்திலிருந்து நம்மை விடுவித்துக்கொள்ள வேண்டும்.

கிறிஸ்தவர்களாகிய நாம் ஒவ்வொருவரும் மனப்பூர்வமாக தேவ வசனத்தை ஏற்றுக்கொண்டு அதைக் கைக்கொள்ளுதல் வேண்டும். இதுதான் கிறிஸ்தவர்களின் பண்பு. மனிதர்களைப் பிரியப்படுத்துவதை விட தேவனைப் பிரியப்படுத்துவதே சிறந்தது.

இயேசு கிறிஸ்துவும் 'பாவம்' என்னும் அடிமைத்தனத்திலிருந்து நம்மை விடுவிக்கும்படியாய் ஆழமான அன்பைப் பயன்படுத்தினார். இயேசுவினுடைய அறிவுறுத்தல்கள் நம்மை அதிர்ச்சிக்குள்ளாக்குகின்றன. இயேசு கிறிஸ்துவும் சப்பாணியான அந்த மனிதனைப்பார்த்து 'உன் படுக்கையை எடுத்துக்கொண்டு நட' என்று கூறினார். அவனும் அவ்வண்ணமே தன் படுக்கையை எடுத்துக்கொண்டு நடந்தான். இயேசு பிறவிக்குருடனைப் பார்த்து சீலோவாம் குளத்திலே சென்று கழுவு என்று உத்தரவிட்டார். இயேசுவின் உத்தரவின்படியே அம்மனிதன் செய்து பார்வையடைந்தான்.

ஆச்சரியப்படுத்துவதற்கு மாத்திரமல்ல. கடினமான காரியங்களையும் செய்யுங்கள் என்று இயேசு ஜனங்களிடம் கூறுவதை வேதத்தில் நாம் வாசிக்கிறோம். சப்பாணியான ஒரு மனிதன் எப்படி தன் படுக்கையை எடுத்துக்கொண்டு எழுந்து நடக்கமுடியும்? அவன் சப்பாணியாய் இருந்தபடியினால் இயேசு அவன் மேல் மனதுருகி செயல்படும்படியாகக் கூறுகின்றார். ஜனங்கள் இம்மனிதனைக் குறித்துக் கொண்டிருந்த உள்ளுணர்வுகளை இயேசு அறிந்தவராய்க் காணப்பட்டார். இயேசு மன உருக்கம் கொண்டவராய் அவ்விடத்தை விட்டுக் கடந்து சென்றார்.

சொந்தத் தீர்மானங்களை உருவாக்குங்கள்

உங்களுக்காகத் தீர்மானங்களை எடுக்க மற்றவர்களை அனுமதிக்க வேண்டாம். இது ஒரு புத்தியீனமான செயல். கட்டுப்படுத்தப்படுவதும், பிறரால் கையாளப்படுவதும் நமது சந்தோஷத்தையும், சமாதானத்தையும் பறித்துச் சென்று விடும். நமக்காகத் தீர்மானத்தை உருவாக்க வாய்ப்பு தர வேண்டும்.

தேவன் நமக்கு முன்பாக ஜீவனையும், மரணத்தையும், ஆசீர்வாதங்களையும், சாபங்களையும் வைத்திருக்கிறார். நீங்கள் ஜீவனை விரும்பினால், நம்முடைய வாய்ப்பைக் கட்டுப்படுத்த முயற்சிக்கும், மக்களைக் கட்டுப்படுத்தும் வாய்ப்பினைத் தெரிந்து கொள்ள வேண்டும். உங்கள் வாழ்க்கையில் எல்லைக் கோடுகளை உருவாக்கக் கற்றுக்கொண்டால் மக்கள் உங்களை மரியாதையுடன் நடத்துவார்கள். நாம் ஒவ்வொரு சூழலையும் எதிர்கொண்டு அதற்கு அடிமையாகாமல், அதன் மேல் வெற்றி சிறப்பது தான் வெற்றியின் திறவுகோல்.

கட்டுப்படுத்தப்பட்டவர்களின் பண்புகள்

கட்டுப்படுத்தப்பட்டவர்கள் எப்பொழுதுமே கட்டுப்படுத்துகிற வர்களாகவே இருப்பார்கள். இது அவர்களின் பழக்கம். தங்களது முடிவுகளை தாங்களே தீர்மானித்துக் கொள்வதில்லை. பாதுகாப்பற்றவர்களாக, பயம் நிறைந்தவர்களாக, வாழ்வில் எதையும், யாரையும் எதிர்கொள்ள முடியாதவர்கள். தாழ்வான மனப்பான்மை கொண்டவர்கள். எல்லோரையும் சரியாகவும், ஆனால் தங்களை மட்டும் தவறாகக் கருதுபவர்கள். யாராவது, எதற்காவது மறுப்பு தெரிவித்தால் தங்களுக்குள்ளே அமைதியாகி, சரணடைந்து விடுவார்கள். பாதுகாப்பிற்காகவும், நிதி உதவிகளுக்காகவும், இருப்பிடத்திற்காகவும் மற்றவர்களையே சார்ந்திருப்பவர்கள், எப்போதாவது ஒருமுறை தவறு செய்யும் பொழுது தங்களை ஒரு கடனாளியாகக் கருதி, கட்டுப்படுத்துகிறவர்களுக்கு, தங்களைக் கட்டுப்படுத்த இடம் தருபவர்கள்.

7

வார்த்தைகளின் வல்லமை

வார்த்தை

ஆய்வுகள் வித்தியாசமான வார்த்தைகள் மூளையில் மாற்றங்களை உருவாக்குகின்றன என எடுத்துக்காட்டுகின்றன. எதிர்மறை யான வார்த்தைகள் மனஅழுத்த ஹார்மோன்களை அதிகளவில் உற்பத்தி செய்கின்றன. நேர்மறையான வார்த்தைகள் மற்றொரு வகையில் நல்ல பயனுள்ள ஹார்மோன்களை ஊக்குவிக்கின்றன.

மனித இனத்தில் ஒருமையில் பயன்படுத்தும் வார்த்தைகள் மிகவும் வலுவாய்ந்ததாக உள்ளன. உதவி புரியவும், குணமாக்கவும், காயப்படுத்தவும், துன்பப்படுத்தவும், சிறுமைப்படுத்தவும், தாழ்மைப்படுத்தவும் வார்த்தைகளுக்கு ஆற்றலும் சக்தியும் உண்டு. நாம் தேர்ந்தெடுக்கும் வார்த்தைகளாலும், அவற்றைச் சரியாகப் பயன்படுத்தும் விதத்தினாலும் ஒருவருடைய வாழ்வைக் கட்டியெழுப்பவும், உடைத்தெறியவும் முடியும். நாம் கையாளும் வார்த்தைகளின் சக்தியையும் தாக்கத்தையும் யோசித்துப் பாருங்கள். சரியான வார்த்தைகள் எல்லாவிதத்திலும் மாற்றங்களை உருவாக்கும். நம்முடைய உள்மனம் எதைக் கேட்கிறதோ, அதையே வெளிப்படுத்துகிறது என்று உளவியல் நிபுணர்கள் கண்டுபிடித்துள்ளனர்.

நமது வாயிலிருந்து புறப்படும் வார்த்தைகள் வெளிப்படுவதற்கு முன் அது நமக்குள்ளே தான் தங்கியிருக்கிறது. அது நல்ல வார்த்தைகளாகவோ அல்லது தீய வார்த்தைகளாகவோ கூட இருக்கலாம். மனிதர்களாகிய நாம் எழுத்துக்களின் மூலமாகவே அர்த்தமுள்ள வார்த்தைகளை உருவாக்குகிறோம். வார்த்தைகள் என்பது நம்முடைய கருத்துக்களையும், எண்ணங்களையும் இணைப்பதற்கோ, கையாளுவதற்கோ உபயோகிக்கும் சீட்டு அல்ல. வார்த்தைகள் அர்த்தங்களை உருவாக்கவும், வடிவமைக்கவும் நம்மை அனுமதிக்கிறது. விரிவான நுணுக்கம் நிறைந்த நினைவுகள் வார்த்தைகளாக மாறி வெளி வருகின்றன.

வார்த்தைகளின் படைப்புத்திறன்

நாம் நினைக்கும் எண்ணங்களைக் காட்டிலும் நாம் வெளிப்படுத்தும் வார்த்தைகளுக்கு மிகப் பெரிய சக்தி உண்டு என்பதை நாம் நன்கு புரிந்துகொண்டதே. வார்த்தைகளுக்கு வல்லமை உண்டு என்பதை யாக்கோபு மூன்று விதமான அடிப்படை உண்மைகளைக் கொண்டு வெளிப்படுத்துகிறார்.

1. வார்த்தைகளைக் கட்டுப்படுத்த முடியாது. நாம் வாதிடுவதைக் காட்டிலும் நம்முடைய வார்த்தைகளின் மேல் நம்முடைய உணர்ச்சிகளுக்குக் கட்டுப்படுத்தும் தன்மை உண்டு. பாதுகாப்பற்ற ஒரு சூழ்நிலையில் நம்முடைய வார்த்தைகள் நம்மைத் தூண்டுபவைகளாக இருக்கும். நம்முடைய கற்பனைத் திறனால் கூட நம்முடைய வார்த்தைகளைக் கட்டுப்படுத்தலாம். எதை நாம் எண்ணுகிறோமோ அதையே பேசுகிறோம்.

2. அனுபவத்தில் தேறினவர்கள், துல்லியமாக சரியான வார்த்தைகளை தங்கள் வயதிற்கேற்றவாறு அளவோடு பேசுவார்கள்.

3. நம்முடைய சரீரத்தைக் கட்டுப்படுவதற்கும், தவறாகப் பயன்படுத்துவதைத் தவிர்ப்பதற்கும் ஒரே வழி வார்த்தைகளைக் கட்டுப்படுத்துவதே.

'குதிரையைக் கடிவாளத்தினால் அடக்குவது போல நம்முடைய நாவையும் அடக்கவேண்டும்' (யாக்கோபு 3:3) என அப்போஸ்தலனாகிய யாக்கோபு தனது நிரூபத்தில் குறிப்பிடுகிறார். யாக்கோபு கடிவாளம் என்ற வார்த்தையை இங்கு உபயோகிக்கிறார். குதிரையின் வாயின் மீது கட்டப்பட்டிருக்கும் இந்தக் கடிவாளத்தில் குறைந்த அளவு அழுத்தத்தைப் பயன்படுத்துவதன் மூலம் நன்கு பயிற்றுவிக்கப்பட்ட குதிரையால் அதன் ஓட்டத்தைத் தொடங்கவோ, நிறுத்தவோ அல்லது திசை திருப்பவோ முடியும்.

யாக்கோபு 3:4-ம் வசனத்தில் கப்பல்களைத் திசை திருப்பப் பயன்படுத்தும் மிகவும் சிறிதான சுக்கானை உருவகப்படுத்துகிறார். கப்பல்கள் எவ்வளவு பெரியதாயிருந்தாலும் பெருங்காற்று வீசும்பொழுது, அவைகளை நடத்துகிறவர்கள் போகவேண்டிய இடத்திற்கு நேராகக் கப்பலைத் திசை திருப்புவதற்குப் பயன்படுத்தும் ஆயுதம் தான் சுக்கான் (rudder). குதிரைகளை அடக்குவதற்கு உதவும் கடிவாளத்தைப் போல, கப்பலைத் திசை திருப்ப உதவும் சுக்கானைப் போல நம்முடைய வார்த்தைகளை நம் கட்டுப்பாட்டிற்குள் கொண்டு வரவேண்டும். இல்லையென்றால் நம்முடைய வாழ்க்கை தடுமாறி, குதிரையைப் போலவும், கப்பலைப் போலவும் திசைமாறிச் சென்றுவிடும். ஆவிக்குரிய மனிதர்கள் சூழ்நிலைகள் தங்களைக் கட்டுப்படுத்துவதற்கு அனுமதிப்பதில்லை. அவர்கள்தான் சூழ்நிலையைக் கட்டுப் படுத்துவார்கள். ஏனென்றால் அவர்கள் எங்கு செல்கிறார்கள் என்பது அவர்களுக்குத் தெரியும். ஞானமாய் தங்களுடைய வார்த்தைகளைப் பயன்படுத்துவார்கள்.

வார்த்தைகள் என்பது என்ன?

'ஆதியிலே வார்த்தை இருந்தது. அந்த வார்த்தை தேவனிடத்தி லிருந்தது. அந்த வார்த்தை தேவனாயிருந்தது.' (யோவான் 1:1-3) இவ்வசனத்தின்படி நாம் யாவரும் 'இயேசு' என்னும் வார்த்தையையே நம்புகிறோம். எல்லாவற்றையும் தனக்குள் வைத்திருக்கும் அடிப்படை சக்தியே இந்தப் பௌதீக உலகம் என்பதை நாம் ஏற்றுக்கொள்கிறோம். தேவன் தமது மகிமையில் பிரகாசிக்கத் தொடங்கி தமது மாம்சீக தோற்றத்தை வெளிப்படுத்தினார். தேவனுடைய வார்த்தைகளின் வல்லமையினாலே எல்லாமே உருவாக்கப்பட்டன. ஒருவருடைய மனநிலையிலுள்ள காட்சிகளை (அல்லது) எண்ணங்களை படத்தின் மூலமாக தெரியப்படுத்துவதே வார்த்தை. உதாரணமாக ஒரு ஓவியனை எடுத்துக்கொண்டால் அவர் தன் மனதில் காணும் காட்சிகளைப் படமாக வரைந்து அதன் வழியாக தனது எண்ணங்களை வெளிப்படுத்துகிறார் .

வார்த்தைக்கு வல்லமை உண்டு

வேதத்திலும் இயேசுகிறிஸ்து நூற்றுக்கதிபதியின் ஆழ்ந்த ஆவியின் விசுவாசத்தைக் கண்டு அதிசயித்தார் என்று நாம் வாசிக்கிறோம். (மத்தேயு 8: 10). நூற்றுக்கதிபதி வேண்டிக் கொண்டதின் நிமித்தம், தாம் வந்து வேலைக்காரனைக் குணமாக்குவதாக இயேசு கிறிஸ்து வாக்குக் கொடுக்கிறார். ஆனால் நூற்றுக்கதிபதி ஒரு வார்த்தை மாத்திரம் போதும் என்பதை அறிந்திருந்தான். இயேசு பேசிய வார்த்தைகளின் அதிகாரத்தை அங்கே அவன் கண்டு கொண்டான். அதனால் இயேசு உரத்த குரலில் பேசினார் என்று அர்த்தமல்ல. நாமும் சில வேளைகளில் பாதுகாப்பற்ற சூழ்நிலைகளில் இருக்கும்போது உரத்த குரலில் பேசி விடுகிறோம். இயேசு கிறிஸ்து கூறிய வார்த்தையின் வல்லமையைநாம்அறிந்து கொண்டு, அவருடைய வார்த்தைகளின் மேல் ஆழ்ந்த விசுவாசமுள்ளவர்களாய் ஜீவிக்கவேண்டும்.

தேவனுடைய வார்த்தை

சத்திய ஆவியானவர் நமக்கு வழிகாட்டி, நம்மைச் சத்தியத்திற்குள் வழி நடத்துவார். சொல்லப்பட்ட இந்த வார்த்தை, இதைக் கூறியவரின் மதிப்பை எடுத்துரைக்கிறதாய் இருக்கிறது. தேவனால் எழுதப்பட்ட வார்த்தைகள் தனித்துவம் வாய்ந்ததாய்க் காணப்படுகிறது. நாம் வார்த்தைகளை உபயோகப்படுத்தும்போது கவனமாக இருக்கவேண்டும் என்று தேவன் நமக்கு அறிவுறுத்தும்போது, வேதத்தில் எழுதப்பட்ட ஒவ்வொரு வார்த்தைகளையும் எழுதும்போது தேவன் கவனமாகத் தானே இருந்திருப்பார். வேதத்தில் எழுதப்பட்டுள்ள ஒவ்வொரு வார்த்தையையும் நம் மனதில் படமாகச் சித்தரித்து, தேவன் நம்மில் எதைக் காண்கிறார், எதிர்பார்க்கிறார் என்பதை நன்கு புரிந்துகொள்ள வேண்டும்.

நாமும், வார்த்தைகளைக் கவனமாகப் பயன்படுத்தும் போது நம்முடைய வார்த்தைகளால் அநேக வித்தியாசங்களைக் கொண்டுவர முடியும். நாமும் நம்முடைய கிறிஸ்தவ வாழ்வில் எவ்விதக் கட்டுப்பாடுமின்றி வார்த்தைகளை செலவழித்திருக்கலாம். அப்படியானால் வார்த்தையின் முக்கியத்துவத்தையும், வல்லமையையும், படைக்கும் திறனையும் நம் வாழ்வில் கண்டுகொண்டு, அவற்றை தேவனுடைய திட்டங்களை நிறைவேற்றுவதற்குப் பயன்படுத்த வேண்டும். நம்முடைய வார்த்தைகள் நேர்மறையாகவும், வளம் நிறைந்ததாகவும் இருக்கட்டும். நம்முடைய உள்ளத்தை தேவனுடைய வார்த்தைகளால் நிரப்புவோம். இனிவரும் காலங்களில் தேவனுடைய வார்த்தைகள் நமது வாழ்வை நிரப்புவதைக் காணலாம்.

தேவனுடைய வார்த்தைகளின் வல்லமை

நீதிமொழிகள் 21:23 - ‘தன் வாயையும் தன் நாவையும் காக்கிறவன் தன் ஆத்துமாவை இடுக்கண்களுக்கு விலக்கிக் காக்கிறான்.’

நீதிமொழிகள் 13:3 - ‘தன் வாயைக் காக்கிறவன் தன் பிராணனைக் காக்கிறான். தன் உதடுகளை விரிவாய்த் திறக்கிறவனோ கலக்கமடைவான்’

நீதிமொழிகள் 10:13,14 - ‘புத்திமானுடைய உதடுகளில் விளங்குவது ஞானம். மதிகேடனுடைய முதுகுக்கு ஏற்றது பிரம்பு’

‘ஞானவான்கள் அறிவைச் சேர்த்து வைக்கிறார்கள். மூடனுடைய வாய்க்குக் கேடு சமீபித்திருக்கிறது.’

நீதிமொழிகள் 18:21 - ‘மரணமும் ஜீவனும் நாவின் அதிகாரத்திலிருக்கும் அதில் பிரியப்படுகிறவர்கள் அதின் கனியைப் புசிப்பார்கள்.’

நீதிமொழிகள் 18:7 - 'மூடனுடைய வாய் அவனுக்குக் கேடு. அவன் உதடுகள் அவன் ஆத்துமாவுக்குக் கண்ணி.'

II தீமோத்தேயு 3:3,4 - 'சுபாவ அன்பில்லாதவர்களாயும் இணங்காதவர்களாயும், அவதூறு செய்கிறவர்களாயும், இச்சையடக்கமில்லாதவர்களாயும், கொடுமையுள்ளவர்களாயும், நல்லோரைப் பகைக்கிறவர்களாயும், துரோகிகளாயும், துணிகரமுள்ளவர்களாயும், இறுமாப்புள்ளவர்களாயும், தேவப்பிரியராயிராமல்சுகபோகப்பிரியராயும் இருப்பவர்களையும் விட்டு விலகுங்கள்.'

மனத்திடனை தரும் வார்த்தைகள்

நமது மூளையின் பேச்சு மையமானது முழு நரம்பு மண்டலத்துடன் நேரடித் தொடர்பு கொண்டுள்ளது. பல ஆண்டுகளுக்கு முன்பாக சாலோமன் ஞானியும் தனது புத்தகத்திலே நீதி. 18:21-ல் 'மரணமும் ஜீவனும் நாவின் அதிகாரத்திலிருக்கிறது' எனக் குறிப்பிட்டுள்ளார். தற்கால அறிவியல் கண்டுபிடிப்புகளும் அதை உறுதிப்படுத்துகின்றன. அறுவை சிகிட்சையின்போது ஒரு நோயாளிக்குக் கிடைக்கும் வெற்றியானது, அவரின் மனஉறுதியைச் சார்ந்தது. இந்த மனத்திடன் நோயாளியின் சரீரத்திற்கு அறுவை சிகிச்சையின் போது ஜீவனோடு இருப்பதற்கு மட்டுமின்றி, படிப்படியாக குணமடையவும் உதவி புரிகிறது. எவ்வித மனத்திடனுமின்றி எதிர்மறையான எண்ணங்களுடன் இருக்கும்போது மரணத்தைத் தழுவ வாய்ப்புகள் இருக்கிறது. நம்முடைய வாழ்வை அறிக்கை செய்து தேவனிடத்தில் திரும்பும் போது, நம்முடைய சரீரம் குணமாகுதலைப் பெற்றுக்கொள்ள முடியும் என்பது உண்மை.

நம்முடைய மனதினை சில நேரங்களில் வற்புறுத்தலின் பேரில் அலையவிடும்போது, அது தன்னைத்தானே யோசிக்கத் தொடங்குகிறது. ஒருவேளை நாம் வயது சென்றவர்களாயிருந்தால், நம்மால் இனி என்ன பிரயோஜனம். நாம் வயது சென்றவர்கள். நம்மால் இனி எதையும் வளமாகச் செய்யமுடியாது என இம்மாதிரியான வார்த்தைகளுக்கு இணங்கி அவர்களுடைய சரீரம் செயல்பட ஆரம்பித்துவிடும். இவ்வாறு செயல்படுவதினால் எந்தப் பயனும் இல்லை. இது மனதின் ஒரு நிலை. பேசப்படும் வார்த்தைகளினால் நம் மனம் தாக்கப்படுகிறது. நாம் பேசுகிற வார்த்தைகளின் அடிப்படையில் தான் மனம் செயல்படுகிறது.

8

உனக்குள்ளே பேசுதல்

தனக்குள்ளே பேசுதல் என்றால் என்ன?

தனக்குள்ளே பேசுதல் என்பது நமது மனதிற்கும் இதயத்திற்கும் உள்ளே நடைபெறும் ஒரு உரையாடல் ஆகும். இது தான் நமது எண்ணங்களையும், நம்பிக்கையையும், கேள்விகளையும், யோசனைகளையும் வெளிப்படுத்துகிறது. தனக்குள்ளே பேசுதல் என்பது நேர்மறையாகவும், எதிர்மறையாகவும் இருக்கலாம். நேர்மறை என்பது நம்மைப்பற்றி நாமே சொல்வது. சங்கீதம் 23-ல் 'நன்மையும் கிருபையும் என்னைத் தொடரும். நான் கர்த்தருடைய வீட்டிலே நீடித்த நாட்களாய் நிலைத்திருப்பேன்' என்று சொல்லப்பட்டுள்ளது.

உங்களுடைய ஆழ் மனதில் உங்களுக்குள்ளான உள் உரையாடல் தாக்கமடையலாம். நம்மை யாரென்று உணராமல், நம்மை நாமே நேசிக்கத் தவறும் போது தான் எதிர்மறையான செயல்கள் நம்மில் உருவாகின்றன. 1 கொரிந்தியர் 2:16 சொல்லுகிறது, 'கிறிஸ்துவின் சிந்தை நம்மில் இருக்கக் கடவது' என்பதாக.

பயம் என்பது ஒரு உணர்வே தவிர அது நம்மைத் தடுத்து நிறுத்த முடியாது.

நான் கடந்த காலங்களில் செய்த தவறுகளுக்காக என்னை மன்னிக்கிறேன். என் மனதை மாற்றுவதற்கான சக்தி என்னிடம் இருக்கிறது. என் மனதை மாற்ற எனக்கு அனுமதியிருக்கிறது. இம்மாதிரியான முயற்சிகளைக் கடைபிடிக்கும்போது நமக்குத் தைரியம் ஏற்பட்டு, நாம் மேற்கொண்ட முயற்சிகளுக்காக நம்மைப் பற்றி நாமே பெருமைப்பட்டுக் கொள்ள ஏதுவாகிறது. நாம் யார் என்பதை உணர்ந்து நம்மை நேசிக்க வழி செய்கிறது.

நாம் நமது ஆழ் மனதில் எதை நேர்மையாக நம்பி நம்மை இந்த உலகத்தில் ஈடுபடுத்துகிறோமோ, அது உண்மையாக நடக்குமா? ஒரு கூட்டுப்புழு தன்னைப் பத்திரமாக உள்ளடக்கிக் கொண்டிருப்பது போன்று நாம் நம்மை மெய்ப்பிக்க வேண்டிய நிலையில் இருக்கிறோம். ஏனென்றால் நாம் பயப்படுகிறோம். இது ஒன்றுமில்லை. இது பயமென்று நாம் புரிந்து கொண்டால் நாம் என்ன கற்றுக்கொள்ள முடியும்? நாம் இங்கிருந்து எங்கே செல்ல முடியும்? நம்மில் எழும் ஒவ்வொரு குற்றச்சாட்டிற்கும் நம்மை நாமே தண்டிப்பதை விட நாம் எவ்வளவு தூரம் கடந்து வந்திருக்கிறோம் என்று பின்னோக்கிப் பார்த்து நமக்குள்ளே உற்சாகமூட்டும் வார்த்தைகளை நாமே நம்மில் உருவாக்கிக் கொள்ள வேண்டும். நம்மில் மாற்றங்களைக் கொண்டு வருவதற்கு நாம் போராட வேண்டியது உள்ளது என்பதில் ஆச்-

சரியப்படுவதற்கொன்றுமில்லை. நேர்மறையாக நமக்குள்ளே பேசி, பயிற்சி செய்யாவிட்டால் எதிலும் நாம் வெற்றி காணலாம் என்று கற்பனை கொள்வது முடியாத காரியம்.

நீங்கள் ஒரு முதலாளியிடம் வேலை செய்து கொண்டிருக்கும் பொழுது, உங்களுக்குள்ளேயே நீங்கள் பேசிக்கொள்வது போல அவர் உங்களிடத்தில் பேசுகிறார். அதைக்குறித்து நீங்கள் சங்கடப்படுவீர்கள். நொந்து போவீர்கள். ஆனால் எப்படியாவது நம்மைக் கீழே வீழ்த்துகின்ற அந்த மோசமான குரலிலிருந்து நம்மைச் சமாளித்துக் கொள்கிறோம். இதற்கு இரண்டுவிதமான பக்கங்களுண்டு. முதலில் இது உண்மையாகவே நம்முடைய குரல் அல்ல என்று உணர்ந்துகொள்ள முன் வரவேண்டும். வருடம் வருடமாக, எது எப்படி இருக்க வேண்டும் என்ற சமூகங்களின் பார்வையை உற்றுக் கவனிப்பதினால்தான் இதைப் பற்றிய ஒரு நல்ல செய்தி என்னவென்றால், இது போன்ற காரியங்களைக் கவனிப்பதை இப்போதே நிறுத்திக்கொள்வது நம்முடைய சக்திக்குள் தான் அடங்கியிருக்கிறது. நாம் திறனற்றவர்கள் என்று மற்றவர்கள் கூறும் வார்த்தைகளை நம்பவேண்டாம்.

இரண்டாவதாக, நம்மில் அந்தக் குரல் இருக்குமானால், அந்தக் குரலை மாற்ற, அந்தக் குரலைக் கேட்பதை நிறுத்தவேண்டாம். நேர்மறையான விதைகளை விதைத்து, நடவு செய்வதற்கான வேலைகளை இன்றே செய்யுங்கள். ஒரு பெரிய வாய்ப்புக்கு நேராக உங்களை ஈடுபடுத்தி வெற்றியை நோக்கிச் செல்லுங்கள். மற்றவர்களை விட உங்களை மேலோங்கி நிற்கச் செய்யும் நேர்மறையான பண்புகளை அங்கீகரித்துக் கொள்ளுங்கள்.

சமீபத்தில் நீங்கள் சாதித்த சாதனைகள், அது சிறியதாய் இருந்தாலும், அதற்காக நீங்களே உங்களைத் தட்டிக்கொடுங்கள்

இதை மனதிற்கொண்டு, நீங்களே உங்களுக்கென ஒரு 'நன்றிக் கடிதம்' எழுதத் தீர்மானியுங்கள்.

நம்மிடமுள்ள தகுதியற்ற பண்புகளைக் குறித்துக் கேள்வி கேட்பதற்குப் பதிலாக, நம்மிடமுள்ள நல்ல பண்புகளுக்கும், சாதனைகளுக்கும் நன்றி தெரிவிக்கத் தீர்மானியுங்கள். அவற்றில் நேர்மையாக உறுதியாக இருங்கள்.

நம்மை நாமே தடுத்து நிறுத்துவதினால் என்ன சம்பவிக்கும்?

நம்மில் உருவாகும் ஒவ்வொரு சந்தேகங்களுக்கும், குற்றச்சாட்டுகளுக்கும் நம்மை நாமே தண்டிப்பதை விட, நாம் எவ்வளவு தூரம் கடந்து வந்திருக்கிறோம் என்பதை பின்னோக்கிப் பார்த்து, நமக்குள்ளே உற்சாகம் தரும் வார்த்தைகளை நாமே, நம்மில் உருவாக்கிக் கொள்ளவேண்டும். இது நம்மைத் தூண்டும் ஒரு செயல் என்பதை எவ்வித ஐயமுமின்றி தெரிந்து கொள்ள வேண்டும்.

நம்மை நாமே மன்னிப்பதற்கு எளிய சில வழிமுறைகள்

நாம் செய்கின்ற ஒவ்வொரு செயலையும், அதிகமாக பகுப்பாய்வு செய்வதை நிறுத்திக்கொள்ள வேண்டும்.

நம்மை நாமே நியாயந்தீர்ப்பதையும், விமர்சிப்பதையும் தவிர்த்தல் வேண்டும்.

நமக்குள்ளேயே எதிர்மறையாகப் பேசுவதை நிறுத்திக் கொள்ளுதல் அவசியம்.

நம்முடைய தவறுகளை சில வேளைகளில் நினைத்துப் பார்த்து சிரிக்கவேண்டும்.

நாமும் மனிதர் தான் என்பதை ஒத்துக்கொண்டு நம்முடைய சந்தேகங்களுக்கு விடை கிடைக்கும்படியாய் நம்மை ஈடுபடுத்திக் கொள்ள வேண்டும்.

நாம் அடைந்த வெற்றிகளுக்காக, நம்மையே பாராட்டி அதைக் கொண்டாட வேண்டும். வாழ்க்கை என்னும் இந்தப் பயணத்தில் நம்மிடத்தில் நாமே நட்பு கொண்டு, முக்கியமாக நம்மையே நமது தோழனாக எண்ணிக்கொள்ளவேண்டும்.

நம்மை நாமே மன்னிப்பதற்கான நடைமுறையிலும் சில அணுகுமுறைகள்.

நம்முடைய அன்பான உள்ளத்தில் எப்பொழுதும் நம்மை ஒரு நடுவராக மையப்படுத்திக் கொள்ள வேண்டும். அப்படிப்பட்ட ஒரு உணர்வு நம் உள்ளத்தில் ஏற்படுமானால் நமக்கு எதிராக நாம் நடப்பித்த தீர்ப்புகளை நாம் அடையாளம் காண இயலும். அந்தத் தீர்ப்புக-ளுக்கு ஏற்றபடி மன்னிக்கவும் வேண்டும்.

நம்மை நாமே மன்னிப்பது என்பது உயரமான மலைச்சிகரத்திற்குப் பயணம் மேற்கொள்-வது போன்று கடினமானது.

நமது உணர்வுகள் மீது கவனம் செலுத்த வேண்டும். நாம் செய்த தவறுகளை ஒத்துக்-கொள்ள வேண்டும். நாம் செய்த ஒவ்வொரு தவறுகளையும் ஒரு கற்றுத்தரும் அனுபவமா-கக் கருதவேண்டும். இந்தச் செயல்பாடுகளின் மேம்பாட்டிற்காக நம்மை நாமே அனுமதிக்க வேண்டும். நமது உள்மன விமர்சனங்களுடன் உரையாடிக்கொண்டே இருக்க வேண்டும். நம்மை நாமே விமர்சிக்கும்பொழுது, நமது உள்மனதில் உருவாகும் எதிர்மறையான செய்தி-களை அமைதிப்படுத்த வேண்டும்.

நம்மை நாமே மன்னிக்கக் கற்றுக்கொள்வது நம்மிடத்தில் தான் ஆரம்பமாகிறது

நாமும் மனிதர் தான் என்பதை ஒப்புக்கொள்ளவேண்டும். நம்மை நாமே மன்னிப்பதற்-கான முதல் வழி. ஒரு தவறு நேர்ந்த பிறகு நாமும் மனிதர்கள் தான். சில வேளைகளில் தவறாகச் செயல்களைச் செய்ய நேரிடும் என்பதை ஒப்புக்கொண்டு அது எவ்வளவு கொடிய தவறாயிருந்தாலும் அதை மன்னிக்கப் பழகிக்கொள்ளவேண்டும்.

சில வேளைகளில் நாம் தவறு செய்யும்போது ஸ்தம்பித்து நிற்பது போன்ற ஒருவிதமான உணர்வை உணர வாய்ப்புகளுண்டு. அத்தகைய தருணங்களில் நம்முடைய ஆன்மாவில் ஒரு தேடுதலை உருவாக்கி முன்னேறிச் செல்லத் தெரிந்துகொள்ளவேண்டும்.

நாம் கடந்த காலங்களில் யாரை, எப்படிக் காயப்படுத்தினோம் என்று நம்மில் எழக்கூடிய உணர்வுகள், நினைவுகள் மீது கவனம் செலுத்த வேண்டும்.

நாம் என்ன தவறு செய்தோம்? என்று நம்மை நாமே குற்றப்படுத்துகிறோமா? எந்தச் செயல் நம்மைக் குற்றமனசாட்சியோடு வெட்கமடையச் செய்கிறது? இக்கேள்விகளை நம்-மோடு இணைக்க முயற்சி செய்தல் வேண்டும். சுய மன்னிப்பு (அல்லது) நம்மை நாமே மன்-னிப்பது என்பது நம்முடைய தனிப்பட்ட மாற்றங்களின் ஒருங்கிணைந்த ஒரு பகுதி ஆகும்.

நம்மில் சுயமன்னிப்பு இல்லையென்றால், நம்மிடையே உள்ள வெட்கம், சந்தேகம், குற்ற உணர்வு, சுய வெறுப்பு போன்ற உள்காயங்களை ஆற்ற நாம் திறனற்றவர்கள்.

சுய மன்னிப்பு என்பது கடந்த காலத்தையும், எதிர்மறையான உணர்ச்சிகளையும் விட்-டுத்தள்ளுவதைப் பற்றியதாகும். இது நிபந்தனையற்ற சுய அன்பையும், சுய ஏற்பினையும் உடையது.

நம்மையே நாம் மன்னிக்கும் பொழுது, நாம் தகுதியற்றவர்களாக இருந்தாலும், நாம் இந்தத் தவறைச் செய்துவிட்டோம் என்ற குறைவுள்ளவர்களாயிருந்தாலும், இன்னும் நாம் நம்மை ஏற்றுக்கொண்டு நம்மை நேசிக்கிறோம் என்று நமக்குள் உறுதியாகச் சொல்லிக்-

கொள்ள முடியும். நம்மை நாமே குற்றப்படுத்துவது, நம்மை வெறுப்பது, வெட்கமடைவது, குற்ற உணர்ச்சிகள் இவை எந்தவிதமான நன்மையையும் நமக்குத் தராது. நம்மை நாமே மன்னிக்க முடியாத பட்சத்தில் இவைகள் நமக்கு எப்படி உதவ முடியும்?

நம்மை நாமே மன்னிக்க முடியவில்லை என்றால், நாம் மன்னிக்கத் தகுதியற்றவர்கள். மற்றவர்களைக் காயப்படுத்தியதற்கு நாம் இந்தத் தண்டனையை அனுபவிக்கிறோம் என்று நமக்குள் உணர்வுகள் தோன்றும். இதில் ஏதாவது அர்த்தமுண்டா? சுய வெறுப்பினாலும், குற்ற உணர்ச்சிகளாலும் நம்மை நாமே காயப்படுத்தி கொண்டிருப்பதற்குக் காரணம் ஏதாவது உண்டா? உங்களுக்குத் தெரியுமா? எதிர்மறையான உணர்ச்சிகளே நாம் வாழும்போது, நாம் நேசிக்கின்றவர்கள் மீது நம்முடைய வார்த்தைகளாலும், சம்பாஷணைகளாலும் சுபாவங்களி-னாலும் அவைகள் வெளிப்படுகின்றன என்ற உண்மையை மறந்து போகக் கூடாது.

நாம் நேசிப்பவர்களை, நம்மை அறியாமலேயே காயப்படுத்த நேரிடலாம்

இது நம் வாழ்வில் நடந்திருக்கலாம். நம்மில் துன்பத்தையும், வேதனையையும் ஏன் உருவாக்கவேண்டும்? நம்மையே நாம் குணப்படுத்தி அன்பை வெளிப்படுத்த ஏன் கூடாது? அன்பு திரளான பாவங்களை மூடும் என்று வேதம் நமக்குத் தெளிவாக எடுத்துரைக்கிறது. ஒருவேளை பிறரிடமிருந்து கேட்டறிய வேண்டுமென்றிருந்தாலும் அதுவும் நல்லது. எப்படி-யிருந்தாலும், என்ன செய்திருந்தாலும் நாம் மன்னிப்புக்குத் தகுதி பெற்ற நபர்கள். நமக்கு நாமே பொறுப்பாளி என்று நமக்கென விதிமுறைகளை உருவாக்க முடியும். தீர்மானிக்க முடியும். நாம் மன்னிப்புப் பெறத் தகுதியுள்ளவரா அல்லது தகுதியற்றவரா என்பதை-யும், மன்னிக்காமல் துன்பமடைவதா, வேண்டாமா என்பதையும் நம்மால் தீர்மானிக்கமுடியும். நம்மை நாமே மன்னிக்க விரும்புகிறீர்களா? சுயமன்னிப்பு தான் நம்மை நாமே குணப்படுத்-திக்கொள்வதற்கும், வளர்ச்சிக்கும், நிபந்தனையற்ற அன்பிற்கும் உகந்த வழி.

சுயமன்னிப்புடன் இணைந்து போகும் பின் எண்ணங்கள்

நாம் நம்மையே மன்னித்துவிட்டால் நாம் செய்த தவறுகள் நிவிர்த்தியாகிவிடுமா என்று நீங்கள் நினைக்கலாம். நம்மை நாமே மன்னிப்பதினால் நம்முடைய கடந்தகாலத் தவறுகளை நாம் சம்மதியாமல் போகலாம். ஆனால் அவைகளை நம்மால் மறக்க முடியாது. நம்மை நாமே மன்னிப்பதினால் நம்மில் உள்ள எதிர்மறையான நம்பிக்கைகளையும், உணர்ச்சிகளை-யும் விட்டுவிட்டு முன்னேறிச் செல்ல முடியும். நம்மை நாமே ஏற்றுக்கொள்வது என்பது நாம் இருக்கிற விதமாகவே நம்மை ஏற்றுக்கொள்வதாகும். ஆகவே இப்பொழுதே, ஏதாவது ஒரு வழியில் நம்மில் நாமே அன்பு கூர வேண்டும்.

நம்மை நாமே மன்னிப்பதினால், பழைய தவறுகள், நடத்தைகளில் தொடர்ந்து நம்மை அனுமதிக்கலாம் என்று அர்த்தமல்ல. மனிதனாக இருந்து நம்மை மன்னித்து, நம்மில் காணப்படுகின்ற குறைகளையும், பலவீனங்களையும் வெளிப்படுத்த வேண்டும். சுயவெறுப்-போடு முன்னேறிச் செல்வதை விட சுய அன்போடும், ஏற்றுக்கொள்ளுதலோடும் முன்னே-றிச் செல்வதே சிறந்தது. சில சமயங்களில் நாம் மற்றவர்களுக்கு ஏற்படுத்தின வேதனைகள், செய்த தவறான காரியங்களை பற்றி நாம் எளிதில் அறிந்துகொள்ள முடிவதில்லை. நாம் செய்த தவறான செயல்கள் எவ்விதம் நமது நம்பிக்கை உள்ளார்ந்த நினைவுகளைப் பாதித்து எதிர்மறையான உணர்வுகளை நம்மில் உருவாக்குகிறது என்பதைப் பற்றி நாம் விழிப்புணர்-வுடன் இருப்பதில்லை. நம்மை நாமே முன்னதாகவே மன்னித்துவிட்டோம் என்று எண்ணி-

னாலும் அந்தத் தீய, காயப்படுத்தும் நினைவுகள், குற்ற உணர்ச்சிகள் நம்மில் தேங்கித் தான் கிடக்கின்றன. எனவே அதிக நேரம் செலவு செய்து, நம்முடைய ஆழ்ந்த மனதில் இருக்கிற எண்ணங்களை வெளிக்கொண்டு வந்து அவைகளை வெளியேற்றவேண்டும்.

உள்ளார்ந்த தேடுதலுக்கான முன் பயிற்சிகள்

கடந்த காலங்களில் நாம் செய்த தவறுகளை அல்லது நாம் என்ன தவறு செய்தோம் என்று ஆழமாக சிந்திக்கும் போது இந்தப் பயிற்சியை முயற்சி செய்யவும். இப்பயிற்சி நம் ஆழ்மனதில் கொண்டுள்ள நினைவுகளையும், ஆழமான உணர்வுகளையும் வெளியே கொண்டுவந்து அவைகளை நம் மனதிலிருந்து வெளியேற்றிவிட முடியும்.

நம்முடைய மனதை தளர்வான(அமரிக்கையான) நிலையில் வைத்துக்கொண்டு ஒரு வசதியான இருக்கையில் அமர்ந்து கண்களை மூடிக்கொண்டு, நன்றாக சுவாசித்து, உள்-மூச்சு, வெளி மூச்சு வாங்கவும். இதை இரண்டு நிமிடங்கள் பயிற்சி செய்யவும். நம் மனது அமைதியாக இருக்கும் நிலையில், நம்மிடம் கீழ்காணும் கேள்விகளைக் கேட்டு அதற்கான பதில்களைத் தெரிந்துகொள்ளுங்கள். எந்தெந்த நினைவுகள், உணர்வுகள் நம்மில் தோன்று-கிறதோ, அவைகள் தான் நம் ஆழ்மனதில், நம்மிடம் பேசுகின்ற நினைவலைகள்.

நம்மை நாமே மன்னிப்பதற்குச் சில வழிகள்

- நம்மிடம், நம்மால் மன்னிக்க முடியாத, மன்னிக்கக் கூடிய செயல்களை ஒவ்வொன்-றாகப் பட்டியலிட வேண்டும்.

- நாம் நடப்பித்த செயல்கள் வழியாக நம்மை வெட்கமடைய செய்தவைகள், நம்மால் துன்புறுத்தப்பட்ட நபர்கள், அதைப்பற்றிய குற்ற உணர்வுகள், நாம் செய்த தவறுகள், தீமை-யான செயல்கள் இவற்றைக் குறித்து நம் மனதில் தோன்றும் எண்ணங்களைக் குறித்து வைக்கலாம்.

- நம்மால் வேதனையடைந்த நபர்களின் பெயர்களை, எந்த நாளில், எப்படிக் காயப்ப-டுத்தினோம் என்று நாளேட்டில் குறித்து வைக்கலாம்.

- நாம் கவனம் செலுத்த வேண்டிய காரியங்களை, ஒன்றன்பின் ஒன்றாகக் கவனிப்பது நல்லது.

- நம்மில் உருவான எதிர்மறையான எண்ணங்கள், நம்பிக்கைகள் நம்மை தடுமாறச் செய்யக்கூடும். ஆயினும் கவனமாக அவற்றைக் கண்டறிந்து செயல்படவேண்டும்.

- வேறு யாரையாவது வேதனைப்படுத்தும் ஒரு குறிப்பிட்ட எதிர்மறையான எண்ணத்தி-லிருந்து நாம் முன்னேறியிருக்கிறோமா?

- ஏதாவது ஒரு வழியில் நாம் தவறு செய்யும் பொழுது (அல்லது) பிறரை துன்புறுத்தும் போது, நாம் யார்நாம் கெட்ட நபர்கள், நமக்கு மகிழ்ச்சி என்பது கிடையாது போன்ற எதிர்-மறையான எண்ணங்கள் நம்மில் உருவாகும். இவற்றிற்கிடையே நம் மனதினை மிக அமை-தியாக வைத்துக்கொண்டு வெற்றிபெற வேண்டும்.

நாம் ஏன் தவறு செய்கிறோம் என்பதை அடையாளம் காண்பது

நம்மை நாமே முழுமையாக மன்னிப்பதற்கு ஒரு சிறந்த வழி, நாம் என்ன தவறு செய்-தோம், ஏன் இந்தத் தவறைச் செய்தோம் என்று அறிந்து, அந்தத் தவறினால் வரும் விளை-வுகளை நன்கு புரிந்து கொண்டு நம்மிடம் இவ்விதமான குணங்கள் எங்கிருந்து வந்தது, எவ்வாறு அது செயல்பட்டது. அதினால் எவ்வளவு பாதிப்புகள் நம்மில் உருவாகின என்-

பதை உணர்ந்து நம்முடைய மனதை முழு மன்னிப்புக்குத் தயாராக்கிக் கொள்ள வேண்டும். ஒருவேளை நாம் அறியாத சிறுவயதிலோ, கவனக் குறைவினாலோ, நம்முடைய மனது சிந்திக்கும் ஒரு நல்ல நிலையில் இல்லாமல் இருந்தாலோ, நம்முடைய மனது சரியான, நிலையான ஒரு இடத்தில் இல்லாமல் இருந்தாலோ, நமது உரிமைகள் இழந்து போன நிலையில் இருந்தாலோ, பயமின்றி ஒரு தவறைச் செய்யக்கூடிய சூழ்நிலையிலோ, நாம் தவறு செய்வதற்கு வழிநடத்தப்பட்டாலோ, ஒருவேளை பழிவாங்குவதற்காகவோ நாம் தவறுகளை நடப்பித்து இருக்கலாம். ஏனென்றால் நமது மனவேதனைகள் நம்மில் காணப்பட்ட ஒரு உயர்வான மனநிலை அல்லது நம்முடைய சூழ்நிலைகள் அந்தத் தவறுகளைச் செய்வதற்குக் காரணமாக அமைந்திருக்கலாம். எந்தக் காரணமாக இருந்தாலும் சரி. ஏன் இந்தத் தவறுகள் நேர்ந்தது என்று நம்மை நாமே உணர்ந்து மிக நேர்மையாக நடந்துகொள்வது முக்கியமானது.

நாம் என்ன தவறுகளை நடப்பித்தோம். ஏன் தவறு செய்தோம் என்று உண்மையான காரணங்களைப் புரிந்து கொள்வதினால் மாத்திரம் நம்முடைய தவறுகளிலிருந்து நம்மை விடுவித்துக் கொள்ள முடியாது. இது ஒரு சாதாரணமான புரிந்துகொள்ளுதல் மாத்திரமே.

இரக்கம்

நாம் செய்த தவறுகள் சில சமயங்களில் உண்மையற்றதாக இருக்கலாம். சில காரியங்களை நாம் நம்புவதற்குத் தீர்மானிக்கும் பொழுது, நாம் எவ்வாறு நடந்து கொண்டோம் என்ற நமது உள்ளார்ந்த எண்ணங்களை, நம்மை நாமே மன்னித்துக் கொள்வதினால் எளிதாக மாற்றிவிட இயலும். உதாரணமாக, நாம் சிறுவயதினராய் இருக்கும்பொழுது ஒரு பொருளைத் திருடிவிட்டதாக எடுத்துக் கொள்வோம். இந்தத் திருடுதல் என்ற குற்ற உணர்வு நம்மை உறுத்தி கொண்டேயிருக்கும். நாம் ஒரு கெட்ட நபர் என்ற எண்ணம் நம்முடைய ஆழ்மனதில் இருந்து கொண்டேதான் இருக்கும். இப்படிப்பட்ட தருவாயில், நம்மைத் திருடச் செய்த அந்தச் சூழ்நிலைகளை நன்கு பகுத்தறிந்து பார்க்கவேண்டும். நாம் திருடியதால் நாம் தீயமனிதர்களாக இருக்கமுடியாது. அறியாத பருவங்களில் எது நல்லது, கெட்டது என்று தெரியாத சூழ்நிலையில், நம்முடைய புத்தி, அறிவு, புரிந்துகொள்ளும் தன்மை குறைவான தருணங்களில் நாம் தவறு செய்யும் வாய்ப்புகள் இருந்திருக்கலாம். அதற்கு நம்மை நாமே கெட்டவர்கள் என்று தீர்மானித்துக்கொள்ளமுடியாது. நாம் மற்றவர்களுக்கு எதிராகத் தவறு செய்யும் பொழுது அல்லது அவர்களை வேதனைப்படுத்தும்பொழுது, கடந்த காலம் கடந்துவிட்டது. என்னை மன்னித்துக் கொள்கிறேன் என்று கூறாமல், நாம் என்ன தவறுகள் செய்தோம், ஏன்செய்தோம் என்று ஆராய்ந்து பார்த்து, அந்த அனுபவங்களின் மூலமாக நம்மை மன்னிக்கவும், புதிய காரியங்களைக் கற்றுக்கொள்ளவும் முன்வர வேண்டும்.

தீர்மானம்

கடந்த கால நிகழ்வுகளுக்கு தீர்வு காணும் வகையில் எதையாகிலும் ஒன்றை நம்மால் இன்று செய்ய இயலுமா? நம்முடைய தவறுகளின் காரணமாக யாரிடமிருந்தாவது மன்னிப்பைப் பெற வேண்டியுள்ளதா? இவ்விதமான தவறுகளை நாம் திரும்பத் திரும்பச் செய்யாதபடி எப்படி நம்முடைய செயல்களை மாற்றிக்கொள்வது? எதை மாற்றிக்கொள்வதினால் நம்மை முன்னேற்றிக்கொள்ள முடியும்?

நாம் செய்யும் தவறுகளுக்கு நாமே பொறுப்பு என்று உணர்ந்து நாம் செய்த தவறுகளை மீண்டும் செய்யாதபடி தவிர்க்க வேண்டும். பிறகு நம்மை நாமே தேற்றிக்கொண்டு வெற்றியை

நோக்கிப் பயணிக்க வேண்டும்.

பின்பற்ற வேண்டிய புதிய முறைகள்

நாம் இவ்வாறு செயல்படவேண்டும் என்று நம்மைத் தூண்டிய காரணிகளைக் கண்டறிந்து, பின்பு அந்தக் குற்ற உணர்வுகள், வெட்கம் இவற்றைச் சரி செய்வதற்குத் தேவையான காரணிகளைக் கைக்கொண்டு, புதிய முறையில் செயல்படத் தீர்மானிக்க வேண்டும். இவற்றை உண்மை என்று உணர்ந்து, மேலும் மேலும் அந்த நினைவுகள் நம் மனதில் பொறிக்கப்படும் விதத்தில் நாம் செயல்படவேண்டும். பொதுவாக நாம், நமக்கு இருக்கின்ற எந்தச் சூழ்நிலையிலும், நம் ஆழ்மனதில் இருக்கின்ற எண்ணங்களுக்குத் தகுந்தபடி செயல்படுகிறோம். இந்தச் சமுதாயமும், பெற்றோர்களும், ஆசிரியர்களும் திட்டமிட்டுச் செயல்படுத்துகிற பழக்க வழக்கங்களினாலும் கடந்த கால அனுபவங்களினாலும் செயல்படுவதற்கு நம்மைப் பக்குவப்படுத்திக்கொள்ள வேண்டும். முக்கியமாக நாம் கவனிக்க வேண்டியது, நம் மனதின் அடிப்படைத் திட்டங்கள். நம்முடைய ஆழ் மனதில் நம் நம்பிக்கையின் ஒரு பகுதியாகும், எனவே நாம் செய்த தவறுகளுக்கான காரணம் நாம் ஒரு கெட்ட நபர் என்பது கிடையாது. சரியாக உண்மையைப் புரிந்துகொள்ளாத ஒரு நிலையில் இருந்தது என்பது தான் என்பதைப் புரிந்துகொள்ள வேண்டும். எனவே சரியான புரிந்துகொள்ளுதல் மூலமாக, அன்பு, இரக்கம் மற்றும் விழிப்புடன் செயல்படுதல் மூலமாக நாம் வாழ்வில் வெற்றியடையலாம்.

9

மூளையின் தனிச்சிறப்பு

ஆரோக்கியமான வாழ்விற்கு சிலஅறிவுரைகள்

மன ஆரோக்கியம்

நம்முடைய மனம் ஆரோக்கியமாக இருந்தால் வாழ்வின் தரமும் ஆயுசு நாட்களும் பெருகும்.

- தீய சிந்தனைகள் நம் மனதில் இருக்கக் கூடாது.
- எப்பொழுதும் குறை சொல்வதைத் தவிர்க்கவேண்டும்.
- மாம்சத்தின்படி நடக்கிறவர்கள், மாம்சத்துக்குரியவைகளை சிந்தித்து முடிவில் மரணத்தை சந்திக்கிறார்கள்.

மாம்ச சிந்தை மரணம். ஆவியின் சிந்தையோ ஜீவனும் சமாதானமும். (ரோமர் 8:5, 6)

மாம்சத்திற்கென்று விதைக்கிறவர்கள் மாம்சத்தினால் அழிவை அறுப்பார்கள். ஆவிக்கென்று விதைக்கிறவர்கள் ஆவியின் நித்திய ஜீவனை அறுப்பார்கள் (கலா. 6:7, 8)

கவலைப்படாதீர்கள். எப்பொழுதும்சந்தோஷமாயிருங்கள்.

கவலை, இது மாம்சத்தில் உண்டாகக் கூடிய ஒரு பிரச்சனை. கவலைப்படுவதினால் சரீரத்தில் ஒரு முழத்தைக் கூட்டவோ, குறைக்கவோ முடியாது.

தீராத கவலைகள், பாதகமான சிந்தனைகள் மனதை சோர்வடையச் செய்து, ஒருவிதமான ஹார்மோன் (Stress Harmon) சுரக்கக்காரணமாக அமைகிறது. இவ்விதமான ஆழ்ந்த சிந்தனைகளினால் மன அழுத்த ஹார்மோன்கள் மூளையில் உருவாகி மாரடைப்பை உண்டு பண்ணுகிறது. திகிலூட்டும் படங்கள், கார் ரேஸ் போன்ற விளையாட்டுகள் மனதை மிகவும் பாதித்து அதற்கு அடிமையாகவே இருக்கின்ற சூழ்நிலையை உருவாக்குகின்றன. கவலைப்படுவதற்காக தேவன் நம்மை படைக்கவில்லை. நாளைய தினத்தைக் குறித்து கவலைப்படாதே. உன் சுயபுத்தியின் மேல் சாயாமல், உன் முழு இருதயத்தோடும் கர்த்தரிடத்தில் நம்பிக்கையாயிரு. கர்த்தருக்குள் சந்தோஷமாயிரு. இதுவே வேதம் நமக்குத் தரும் நல் ஆலோசனை.

பிழைகளைப் பொறுத்தருளுங்கள்

'இன்னா செய்தாரை ஒறுத்தல் அவர்நாண நன்னயம் செய்து விடல்'

நம்முடைய மூளைச் செல்களில் நடைபெறும் இரசாயன மின் விளைவுகள் தான் சிந்தனைகள். சிந்தனைகள் தான் உணர்ச்சிகளை உருவாக்குகின்றன. நம் மூளையிலுள்ள உணர்ச்சிகளைக் கடத்தும் நரம்புகள் தான் நமது சிந்தனைகளை உடல் முழுவதற்கும் கடத்திச் செல்கிறது. நம் முழு வாழ்க்கையும் நம்மில் தான் உள்ளது. நமக்கு நேரிட்ட சம்பவங்களை திரும்பத்திரும்ப நினைத்து அதையே சுற்றி சுற்றி நம் மனது வட்டமிட்டுக் கொண்டிருக்கிறது. நமக்குத் தீமை செய்பவர்களை பழிவாங்குகிற எண்ணம், அதற்கான சந்தர்ப்பத்திற்காகக் காத்திருத்தல் இவ்விதமான கற்பனைகளை நம் மனதிலிருந்து நீக்கிவிட வேண்டும். சாதகமான சிந்தனைகள் சாதகமான உணர்ச்சிகளையும், பாதகமான சிந்தனைகள் பாதகமான உணர்ச்சிகளையும் உருவாக்குகின்றன. நம்மை காயப்படுத்தினவர்களை மனதார மன்னித்து, நல்லதையே நினைத்து ஆசீர்வதிக்கத் தீர்மானியுங்கள். இப்படிச் செய்வதினால் நம் உடலுக்கு ஜீவன் தருகின்ற ஒருவிதமான வேதிப்பொருளை உருவாக்கமுடியும். சரியான சிந்தனைகளை சிந்திப்பதன் மூலம் நம்மைச் சுகப்படுத்தும் மருந்தை நமது மூளையிலேயே நாம் உருவாக்க முடியும்.

சந்தோஷமாகவும்,ஆரோக்கியமாகவும் சிந்தியுங்கள்

நமது பிரச்சனைகளையும், நோய்களையும் சிந்தித்து, சிந்தித்து சோர்வடையும் பொழுதுதான் நமது மூளை நோய்களையும், பிரச்சனைகளையும் சொந்தம் பாராட்டி எடுத்துக்கொள்கிறது. மனம் புதிதாகிறதினாலே மறுரூபமாகுங்கள் என்று வேதம் சொல்லுகிறது. (எபே. 4:23) ஜீவனுள்ள தேவனுடைய வசனத்தின்படி நமது மூளையை சிந்திக்கப் பழக்கவேண்டும். சுகத்தையும் ஆரோக்கியத்தையும் பற்றி சிந்திக்க வேண்டும். அப்பொழுதுதான் மூளை நல்ல செய்திகளை அங்கீகரித்து, நல்ல புது நினைவுகளை உருவாக்கும். நம்முடைய முழு உடலுக்கும், ஆயுளையும், ஆரோக்கியத்தையும் பெருகச் செய்யும் இரசாயனத்தையும் உண்டுபண்ணும். நம்மைச் சுற்றி இருப்பவர்களை பாதகமாய்ப் பேசவோ, சிந்திக்கவோ அனுமதிக்கக் கூடாது அப்படிப்பட்ட ஒரு சூழ்நிலை ஏற்படுமானால் அவர்களை மன்னித்து ஆசீர்வதியுங்கள்.

உங்கள் வயதுக்கேற்ப உங்கள் மூளையை போஷியுங்கள்

நாம் உண்ணும் உணவே நாம். இது அனைத்து வயதினருக்கும் பொருந்தும். நாம் எதை உண்ணுகிறோமோ, அதிலிருந்து தான் நமது உடலும், மூளையும் கிரகித்து, நல்ல, ஆரோக்கியமான செல்களை உருவாக்குகிறது. நமது சரீரத்திற்கும், மூளைக்கும் வயதைப் பொறுத்து பல்வேறு வகையான சத்துக்கள் தேவைப்படுகின்றன.

மூளை வளரத் தொடங்கும் வயது

கருத்தரிப்பிலிருந்தே ஜீவன் தொடங்குகிறது. ஆரம்பத்திலிருந்தே அதை நாம் பாதுகாக்கவேண்டும். கர்ப்பத்திலிருந்தே ஒவ்வொரு குழந்தையும் கேட்கிறது, உணருகிறது. தன் தாயைச் சுற்றி என்னவெல்லாம் நடக்கிறதோ அவற்றையெல்லாம் கண்டுகொள்கிறது. தாயின் உடம்பிலிருந்து சத்துக்கள் மட்டுமல்ல, உற்பத்தியாகிற ஹார்மோன்களும் தொப்புள் கொடி வழியாக குழந்தைக்குச் செல்லுகிறது.

ஒரு தாய் கருவுற்றிருக்கும் பொழுது, நல்ல ஆரோக்கியமான, சத்தான உணவை உட்கொண்டால் நன்கு வளர்ச்சியடைந்த மூளையுடன், ஆரோக்கியமான குழந்தையைப் பெற்றெடுக்க முடியும். ஒரு குழந்தை பிறப்பதற்கு முன், அதன் மூளை ஒரு மணி நேரத்திற்கு

15 மில்லியன் நியூரான்களை உருவாக்குகிறது. பிறக்கும் போது 200 பில்லியன் நியூரான்களோடு பிறக்கிறது. கோடிக்கணக்கான இந்த நியூரான் செல்கள் ஒன்றோடொன்று பிணைந்து, மிகப் பெரிய அமைப்பாக மாறி நரம்புமண்டலமாக உருவெடுக்கிறது. நான்கு (அல்லது) ஐந்து வயதில் அடிப்படை மூளை அமைப்பு முழுமை அடைந்து விடுகிறது. குறிப்பாகக் குழந்தைகளும் வயதானவர்களும் நரம்பு மண்டலத்தைப் பாதுகாக்க போதுமான அளவு ஓமேகா-3, ஓமேகா-6 போன்ற கொழுப்புச் சத்துக்கள் நிறைந்த உணவை உட்கொள்ளுதல் அவசியம். குழந்தைகளுக்குத் தாய்ப்பால் கொடுப்பது மிக அவசியம். தாய்ப்பாலில் தேவையான, ஆரோக்கியமான கொழுப்பு மற்றும் நோய் எதிர்ப்பு சக்தி நிரம்பியுள்ளது. தாய்ப்பாலில்லாமல் மனிதன் உருவாக்கின பால் பவுடரைக் கொடுப்பதால் மூளைக்குத் தேவையான கொழுப்பு கிடைப்பதில்லை. இது நோய் எதிர்ப்பு சக்தியின்மை, ஒவ்வாமை போன்ற சிக்கல்கள் உருவாகக் காரணமாகவும் அமைகிறது.மூளைக்குறைபாடு, மிகவும் சுறுசுறுப்பாக இருப்பது போன்றவற்றிற்கு முக்கியக் காரணமாக இருக்கலாம் என்று ஆராய்ச்சிகள் கூறுகின்றன.

தீய சிந்தனைகள் நச்சுப் பொருட்களையும், மகிழ்ச்சி,சிந்தை ஆரோக்கியமான பொருட்களையும் உருவாக்குகிறதுபோல நம்முடைய சூழ்நிலைகளை விசுவாச வார்த்தைகளாலும், துதிகளாலும் நாம் நிரப்பும் போது வெற்றியுள்ள வாழ்க்கை வாழ முடியும்.

* **மூளையைக் குறித்த சில வினோதமான மகிழ்வூட்டும் தகவல்கள்**

- நமது சரீர உறுப்புகளில் மூளைக்கு மட்டும் தான் வயது என்பது இல்லை. முதிர்ச்சி மட்டுமே அடைகிறது.

- எல்லா சிருஷ்டிப்பைக் காட்டிலும் மனித மூளை உன்னத சக்தி வாய்ந்தது.

- ஒரு நொடியில் 400 பில்லியன் வேலைகளைச் செய்கிறது,

- நாம் மகிழ்ச்சியாய் இருக்கும்போது மூளை என்டோர்பின்ஸ் என்ற ஹார்மோனை சுரக்கிறது.

- 30 லட்சம் ஆண்டுகளின் நினைவுகளை சேமித்து வைக்கும் திறன் மூளைக்கு உண்டு.

- 100 லட்சம் கோடி (100 billion) நரம்பு செல்கள் உண்டு.

வன்முறையாளர்களின் மூளைக்கும், சாதாரண மனிதர்களின் மூளைக்கும் வித்தியாசம் உண்டு என ஆராய்ச்சிகள் கூறுகின்றன.

-தானியேல் மற்றும் நண்பர்கள் ஞானத்தில் சிறந்தவர்கள்-அடிமைத்தனத்திலிருந்து அரசாளும் நிலைக்கு உயர்த்தப்பட்டது.

- யோசேப்பு - ஞானம் - சிறைச்சாலையிலிருந்து சிங்காசனத்திற்கு உயர்த்தியது.

- சாலோமன் ஞானி

- நெகேமியா எருசலேம் அலங்கத்தைக் கட்டினான் (நெகே.4:6) நம்முடைய உணர்ச்சிகள், நம்மை வியாதிக்காரராகவோ (அல்லது) சுகதேகிகளாகவோ மாற்றமுடியும். நம்மைக் கொலை கூட செய்துவிடும். இது மூளையில் தான் துவங்குகிறது.

- கெட்ட சிந்தனைகளை அடக்கி வைக்காமல் அகற்றிவிட வேண்டும்.

- நமது மூளையின் ஒரு பகுதியில் நமது சுயசித்தம் உள்ளது.

- ஒரு எண்ணத்தையோ (அல்லது) செய்தியையோ ஒரு முறை நமது மூளையில் நாம் அனுமதித்துவிட்டால் அது அங்கேயே தங்கிவிடும். அதை அழிக்கமுடியாது.

* **மூளையை வளர்க்க நம்மால் இயலுமா?**

- மூளையில் 40,000 நியூரான்கள் உள்ளன.

மன அழுத்தத்தை உண்டாக்கும் ஹார்மோன்கள், எதிர்ப்பு சக்தியை அழித்து நம் மூளையைப் பாதிக்கின்றன. நரம்பு மண்டலத்தையும் கூடப் பாதிக்கிறது.

- மூளையை ஆரோக்கியமான, சாதகமான விஷயங்களால் மட்டும் நிரப்புங்கள்.

- வேதனை தரும் சம்பவங்களை நினைக்கவேண்டாம்.

- எதிர்காலத்தைக் குறித்த பய சிந்தனை வேண்டாம்.

- நாம் நம்மைக் குறித்து குறை பேசவோ, சிந்திக்கவோ கூடாது.

- நமது மூளை, நமது முழு சரீரத்தையும் ஆளுகை செய்கிறது.

- நாம் பேசும் வார்த்தைகள் நமது மூளைக்குள் சென்று நம்முடைய உலகத்தை உருவாக்குகிறது.

- குழந்தைப் பருவத்தில் நாம் பிள்ளைகளைப் பார்த்து சொல்லும் வார்த்தைகள் தான் அவர்களின் வாலிபப் பருவத்தைத் தீர்மானிக்கிறது.

- நாம் தூங்கும்போது கீளியா செல்கள் நம் மூளையைச் சுற்றித்திரிகிறது.

- மூளையானது பகலில் வருகிற செய்திகளை இரவு நேரங்களில் அலசி பார்க்கும்.

- கனவுகளை எழுதி வைப்பது மூளையைச் சுத்திகரிப்பதற்கு பயனுள்ளதாக அமையும்.

*** உடற்பயிற்சியின் முக்கியத்துவம்**

- உடற்பயிற்சி செய்யும் பொழுது நம் இருதயம் வேகமாக இயங்கி, இரத்த ஓட்டத்தை அதிகரிக்கிறது.

- இரத்த ஓட்டம் சீராகும் பொழுது, நமது புத்திசாலித்தனமும் சிந்திக்கும் ஆற்றலும் அதிகரிக்கும்.

- உடற்பயிற்சி இதயத்தில் புதிய இரத்த நாளங்கள் உருவாகக் காரணமாய் அமைகிறது.

- 30 நிமிடங்கள் நடைப்பயிற்சி செய்ய வேண்டும்.

- உடற்பயிற்சி செய்வதினால் மனச்சோர்விலிருந்து சுகம் பெறலாம்.

- உணவு மிக முக்கியமானது.

- பசியில்லாத நேரத்திலும், மனக்கவலையோடு இருக்கும்போதும் சாப்பிடும் உணவு ஜீரணமாகாது.

- சிறுகுடல், பெருங்குடல் - இவை அடர்த்தியான நரம்பு செல்களாலும், நியூரோபெப்டைஸ் என்ற மூளையுடன் தொடர்பு கொள்ளக் கூடிய நரம்புகளாலும் உருவானது.

- நமது உணவுப் பழக்கத்திற்கும், மூளைக்கும், உணர்ச்சிக்கும் நெருங்கிய தொடர்புள்ளது.

- நமது மூளை 80 சதவிகிதம் தண்ணீரால் ஆனது.

- தாராளமாகத் தண்ணீர் குடிக்காவிட்டால் மூளை பாதிக்கப்படும். மூளை வறட்சியடையவும் வாய்ப்புண்டு. தினமும் 2 முதல் 4 லிட்டர் தண்ணீர் குடிக்க வேண்டும்.

- மூளைக்கு அவசியமான இரண்டாவது தேவை பிராண வாயு.

- காலையில் எழுந்து சுவாசப் பயிற்சி செய்வது நல்லது. இதனால் மூளை உற்சாகத்தோடு வேலை செய்யும்.

புரதச்சத்து : பால், கொழுப்பில்லாத கறி, மீன், சோயா, முளைகட்டிய பயிறு வகைகள், மஞ்சள் கரு.

- பழங்கள், காய்கறிகளை அதிகமாக உணவில் சேர்த்துக் கொள்ளலாம்.

- மூளைச்சிதைவு, ஞாபக மறதி, சர்க்கரை வியாதி இவை மூளையின் எதிரிகள்.

தவிர்க்க வேண்டியது : டால்டா, கிரீம், பதப்படுத்தப்பட்ட எண்ணெய், பதப்படுத்தப்பட்ட உணவு வகைகள், மைதா.

- மாவுச் சத்துள்ள உணவுகளை அதிகம் சாப்பிடக் கூடாது. செயற்கை நிறங்கள் சேர்க்கப்பட்ட உணவு வகைகள், செயற்கை சர்க்கரை, சுவையூட்டிகள், மாவுப் பொருட்கள். இவை இரத்தக் குழாய்களை அடைத்து மூளையை வறண்டு போகச் செய்துவிடும்.

- சுத்தமான, ஆரோக்கியமான தண்ணீரைப் பருகும்பொழுது நமது மூளைத்திறன் வெகுவாய் உயர்கிறது.

- போதுமான அளவு தண்ணீரைக் குடித்தால் மூளை துரிதமாகச் செயல்பட்டு தகவலைப் பரிமாறிக்கொள்ள முடியும்.

- சுத்தமான காற்றுள்ள இடத்தில் உடற்பயிற்சி செய்வது நல்லது. மூளை நன்றாகச் செயல்படத் தேவையான ஆக்சிஜனை நாம் அளிக்கவில்லையென்றால் அது பழுதடைந்து விடும்.

- சுத்தமான ஆக்சிஜனை சுவாசிக்கும்பொழுது தேவையற்ற நச்சுக்கள் வெளியேற்றப்பட்டு மூளை துரிதமாகச் செயல்படத் தொடங்கிவிடும்.

- ஒலி, பார்வை, தொடுதல், முகர்தல், சுவை ஆகிய உணர்வுகள் மூளையை இயக்க உதவுகின்றன. உடற்பயிற்சி, நடனம் போன்ற உடல் அசைவுகள் மூளையை உற்சாகமாகவும், ஆரோக்கியமாகவும் வைத்துக்கொள்ளும்.

மூளையை வளப்படுத்தும், தீங்கு விளைவிக்கும் உணவு வகைகள், பயன்பாடுகள் மற்றும் குறைகள்

1. பெயர்கள், இடங்கள், தொலைபேசி எண்கள் இவற்றை மனப்பாடம் செய்வது.

2. நாம் நினைவில் வைக்க வேண்டியவைகளை சில சிறுசிறு சம்பவங்களோடு சம்பந்தப்படுத்துவது. வேடிக்கையான கற்பனைகள் போன்றவை நமது மூளையைத் தூண்டி நம் ஞாபகசக்தியை பலப்படுத்தும், படைப்பாற்றலை வளர்க்கும்.

- மூளையை வளர்க்கும் உணவு வகைகளை அதிகமாக வேக வைக்காமல் வறுக்காமல் சாப்பிடவேண்டும்.

- முட்டையிலுள்ள கோலைன் என்ற பொருள் மூளை செல்கள் உட்பட அத்தனை செல்களும் நன்றாகச் செயல்பட உதவுகிறது.

- அசிடைல் கோலைன் என்ற நியூரோ டிரான்ஸ்மீட்டர்களை உருவாக்க உதவுகிறது. இந்த அசிடைல் கோலைன் ஞாபக மறதி, மூளைச்சிதைவு போன்ற மூளை சம்பந்தப்பட்ட நோய்கள் வராமல் பாதுகாக்கிறது. சராசரியாக 425 - 455 மி.கிராம் அளவு கோலைன் நாளொன்றுக்குத் தேவைப்படுகிறது.

- புளூபெரீஸ் — இதைத் தினமும் சாப்பிட்டு வந்தால் மறதி மற்றும் உடல் அசைவுகளில் மாற்றம் போன்றவை குறைகிறது. ஆண்டி - ஆக்சிடண்ட் இதில் அதிகம் உள்ளதால் பக்கவாதத்தினால் வரும் மூளை பாதிப்பைக் கட்டுப்படுத்துகிறது.

- சால்மன் மீன்களில் Omega -3, கொழுப்பு அமிலங்களான DHA, EPAஅதிகம் காணப்படுகிறது. DHA வானது அல்ஜீமர், பார்க்கின்சன், டிமென்ஷியா, மனச்சோர்வு போன்ற வியாதிகளில் இருந்து நம்மைப் பாதுகாக்கிறது.

- மீன் எண்ணெய் இருதய நோய் வராமல் தடுக்கிறது. டிஸ்லெக்சியா மற்றும் ADHD (Attention Deficit Hyperactivity Disorder) போன்ற வியாதிகளில் இருந்து நம்மைப் பாதுகாக்கிறது.

- பச்சைக் காய்கறிகளில் ஆண்டி ஆக்சிடண்ட் உள்ளது. இது மூளைக்குச் செல்ல வேண்டிய இரத்த ஓட்டத்தை அதிகரித்து பக்கவாதத்தைத் தடுக்கிறது. காய்கறிகளை சமைத்தோ, பச்சையாகவோ சாப்பிடுதல் நல்லது.

- மூலிகை மற்றும் மசாலாக்கள் உதாரணமாக பூப்பட்டையில் உள்ள ஆந்தோசைனின் என்ற பொருள் ஞாபக சக்தியை அதிகரிக்கிறது. இரத்த நாளங்கள் சிறப்பாகச் செயல்பட உதவுகிறது. மூளைத் திறனையும் அதிகரிக்கிறது.

- மஞ்சள் மற்றும் கறிவேப்பிலை அல்ஜீமர், டிமென்ஷியா போன்ற நோய்களில் இருந்து பாதுகாக்கிறது.

- B, B 12 வைட்டமின்கள் :

B 12 வைட்டமின்கள் நரம்பு செல்களைப் பாதுகாக்கிறது. இதன் அளவு குறையும்பொழுது மூளை சுருங்குவதற்கு ஆறு மடங்கு வாய்ப்புள்ளது. வைட்டமின்கள் ஞாபகசக்தியை அதிகரித்து பேச்சுத்திறனையும் அதிகரிக்கிறது. இறைச்சி, கோழி, பால், மீன், முட்டை இவற்றில் வைட்டமின்கள் அதிகம் காணப்படுகிறது.

- பச்சைத் தேயிலை, தேநீர் இவற்றில் ஆண்டி ஆக்சிடண்ட் அதிகம் உள்ளது. தேநீர் பருகுவதால் மூளையில் ஏற்படும் வீக்கம், அல்ஜீமர் போன்ற நோய்கள் ஏற்படாமல் தடுக்கலாம். பச்சைத் தேயிலையில் உள்ள தியானைன், மூளையிலுள்ள டிரான்ஸ்மீட்டர்களை அதிகரிக்கிறது. கொழுப்பைக் குறைக்கிறது. இரத்தக் குழாய்கள் நன்றாகச் செயல்பட உதவுகிறது.

- வால்நட்டில் ஒமேகா—3, கொழுப்புச் சத்து, மக்னீஷியம் ALA என்னும் அமிலம் காணப்படுகிறது. மக்னீஷியம் மூளையின் உச்சக்கட்ட செயல்பாட்டிற்கு உதவுகிறது.

- கோகோ பவுடரில் உள்ள பிளவனால் ஆண்டி ஆக்சிடண்ட் இரத்தம் உறைவதைத் தடுத்து, இரத்த அழுத்தத்தைக் குறைத்து, பக்கவாதம் ஏற்படாமல் பாதுகாக்கிறது.

- காலை உணவே நாம் அந்த நாள் முழுவதும் எந்தச் சத்துகளை உண்ணப்போகிறோம் என்று நிர்ணயிக்கிறது. காலை உணவில் அதிக கால்சியம் நிறைந்த பொருட்களை பயன்படுத்துவது சிறந்தது. இவை நமது செயல்திறனையும், நடத்தையையும் மேம்படுத்துகிறது. அதிக மாவுச்சத்தும், குறைவான புரதச்சத்தும் நம் மூளையை மந்தமாக்கிவிடும்.

- காலையில் மன அழுத்தத்திற்கு இடம் கொடுத்தால் அது பல மணி நேரங்கள் நமது மூளையையும் உணர்ச்சிகளையும் பாதித்துவிடும்.

- சரிவிகித உணவைக் காலையில் உண்ணும் அளவுக்கு நமது மூளை செயல்படும். நாள் முழுவதும் சமச்சீராக இருக்கும்.

- மாவுச்சத்தும், புரதச்சத்தும் இணைந்த உணவு நல்லது. இந்த இரண்டு உணவுச் சத்துக்களும் இணையும்பொழுது மூளை நன்றாக வேலை செய்ய ஆரம்பிக்கிறது. ஆகவே கார்போஹைட்ரேட்டும் புரதமும் இணைந்த சரிவிகித உணவே காலை உணவிற்கு சிறந்தது. பால் பொருட்கள், பழங்களையும் உணவில் சேர்த்துக் கொள்ளலாம்.

- மூளைக்குத் தேவையான சர்க்கரை அளவை ஓட்ஸ், பால், தயிர், பழங்கள், பழச்சாறு போன்றவற்றிலிருந்து பெறமுடியும். மாதுளை பழம் மூளையை சுறுசுறுப்பாக்கி எதிர்ப்பு சக்தியை அதிகரித்து, பாக்டீரியா, வைரஸ் மற்றும் குடல் பூச்சிகளை அழிக்கிறது.

- மதிய உணவிற்கு முன்பாக ஒரு ஆப்பிள் உட்கொண்டால் மூளை சுறுசுறுப்பாகச் செயல்படும். அதிக புரதச்சத்தும், குறைந்த மாவுச் சத்துமுள்ள மதிய உணவு நம்மை உற்சாகமாக வைக்கிறது. அதிக எண்ணெய் மற்றும் கொழுப்புள்ள உணவை மதிய உணவில் தவிர்ப்பது நல்லது.

- மாலையில் சர்க்கரை இல்லாத பழச்சாறு, பால் கலந்த சர்க்கரை இல்லாத காபி போன்றவற்றை எடுத்துக்கொண்டால் மூளையும் இருதயமும் ஆரோக்கியமாக இருக்கும்.

- இரவில் நல்ல தூக்கத்தைத் தூண்டும் உணவு வகைகளான பாதாம், வாழைப்பழம், ஓட்ஸ், ஆளி விதை, உருளைக்கிழங்கு போன்றவற்றை உணவில் சேர்த்துக்கொள்வது நல்லது.

- இளம் வயதினருக்கு ஆப்பிள், பசலைக் கீரை, கோழிக்கறி, பச்சை முட்டைக்கோஸ், வெள்ளரிக்காய் போன்ற உணவு வகைகளைக் கொடுப்பது நல்லது. பச்சைப் பூண்டில் கிருமிகள், பாக்டீரியா போன்றவற்றைத் தடுக்கும் சக்தி உள்ளது. இதை உணவில் அதிகமாகச் சேர்த்துக்கொள்ளலாம். பச்சை பூங்கோஸ், முள்ளங்கி, முட்டைக்கோஸ் போன்ற காய்கள் செல் சிதைவதைத் தடுக்கும் திறன் வாய்ந்தவை.

- முதிர் வயதில் உடற்பயிற்சி மிகவும் இன்றியமையாதது. குறைந்தது 20 நிமிடமாவது நடைப் பயிற்சி மேற்கொள்வது நல்லது இது இரத்தத்திற்கு ஆக்ஸிஜனைக் கொண்டு செல்லும் திறனைப் பெருக்குகிறது. முதிர்வயதிலும் மூளை நல்ல ஆரோக்கியமாகச் செயல்பட விளையாட்டுப் போட்டிகளில் பங்குபெறுங்கள்.

- இடது கையினால் பல் துலக்குதல், ஒரு காலில் நிற்பது, கண்களை மூடிக்கொண்டு உடையை அணிதல், வழக்கமாகச் செல்லும் பாதையைத் தவிர்த்து வேறு பாதையில் செல்லுதல் போன்ற சில விசேஷமான மூளைப் பயிற்சியை மேற்கொள்வது சிறந்தது. இதனால் மூளையை முழுவேகத்தில் செயல்படுத்தலாம். வார்த்தை விளையாட்டு (Word Game) என்ற விளையாட்டை விளையாடுவதினால் நமது அறிவாற்றலை விருத்தியடையச் செய்யமுடியும். விடுகதைகளைச் சொல்லி அதைக் கண்டுபிடிப்பதும் மூளையின் அறிவுக் கூர்மையை வளர்க்க உதவும்.

- எட்டு மணி நேரத் தூக்கம், மூளைக்கு நல்ல இளைப்பாறுதலைத் தரும். மூளைக்கு அதிகப் பளு, அதிக சவால்களை கொடுக்கக்கூடாது.

10

நம்முடைய எதிரி யார்?

பிசாசு நம்மை சோம்பேறியாக மாற்றி விடுகிறான்

II கொரிந்தியர் 2:11 'சாத்தானாலே நாம் மோசம் போகாதபடிக்கு அப்படிச் செய்தேன். அவனுடைய தந்திரங்கள் நமக்குத் தெரியாதவைகள் அல்லவே.'

சாத்தான் நம்மைச் சோம்பேறியாகவும், செயல்பட முடியாத நிலையில் தேவையற்ற பாரங்களை நம்மீது சுமத்தி விடுகிறான். இதனால் மூளையானது அசாதாரணமான நிலையில் களைப்புடனும், இலட்சியமற்ற நிலையிலும் காணப்படும். இதற்கு உறக்கமின்மை, காலநிலை, உணவு, வேலையின் தாக்கம் என நாம் காரணங்களைக் கூறி குறை கூறுகிறோம். எனவே மிகுந்த கவனத்துடன் மேற்கூறிய ஒவ்வொரு கருத்தையும் கவனத்திற்குக் கொண்டு வந்து நாம் சாதாரணமாக இருப்பதைக் காட்டிலும் அதிக சுறுசுறுப்புடன் செயல்படுகிறோமா? என சிந்தித்துச் செயல்படவேண்டும். இதற்கான பதில்கள் எதிர்மறையாகக் காணப்பட்டால் அது சாத்தானுடைய தாக்குதல் எனக் கண்டறிந்து சாத்தானை எதிர்த்து நின்றால் அவன் உங்களை விட்டு ஓடிப்போவான்.

- **யாக்கோபு 4:7 "பிசாசுக்கு எதிர்த்து நில்லுங்கள், அப்பொழுது அவன் உங்களை விட்டு ஓடிப்போவான்".**

தூக்கமின்மையினால் சாத்தான் நம்மை மேற்கொள்ள அனுமதித்து நித்திரையை நாம் இழந்து விட்டோமானால் நம்முடைய உணர்வுகள் மந்தமாகிவிடும், நம்முடைய செயல்பாடுகள் தடை செய்யப்பட்டு, பெலவீனமடைந்து விடும். சாதாரண செயல்பாடுகள் கூட குறைந்த மதிப்பீட்டிற்கு உட்படுத்தப்படும்.

வேலையில் ஏற்படும் பளு (அல்லது) அழுத்தம்

இது நம்மை நெருக்கடியான, பரபரப்பான நிலையில், தாமதிக்கும் நேரங்களில் சாத்தான் நம்மை அவனுக்கு சாதகமாக்கிக்கொள்வான். சாத்தான் நம்மை போக்குவரத்து நெரிசல் காரணமாக ஏற்படும் தாமதங்களைப் போல நம்மில் தாமதங்களை உருவாக்கி நம்மை வருத்தமடையச் செய்வான். நம்முடைய பிள்ளைகளும் கூட அவ்விதமான தாக்கத்தை உருவாக்க வாய்ப்புண்டு. ஆகவே அந்த சமயத்தைக் குறித்து ஜாக்கிரதையாயிருங்கள்.

சாத்தான் நமது சரீரத்தைத் தாக்க முயற்சி செய்து நம்மை நடுங்கச் செய்வான்

நமது சரீரத்தில் தாக்கங்களை ஏற்படுத்தி சாத்தான் வெற்றிக் கொள்வானானால், நாம் பலவீனமடையும் நேரங்களில் நம்மைப் பாவம் செய்ய அனுமதித்துவிடுவான்.

சாத்தான் நமது மனநிலையை உடைத்தெறிவான்

II கொரிந்தியர் 4:4

'தேவனுடைய சாயலாயிருக்கிற கிறிஸ்துவின் மகிமையான சுவிசேஷத்தின் ஒளி அவிசுவாசிகளாயிருக்கிற அவர்களுக்குப் பிரகாசமாயிராதபடிக்கு இப்பிரபஞ்சத்தின் தேவனானவன் அவர்களுடைய மனதைக் குருடனாக்கினான்.' சாத்தான் இரட்சிக்கப்படாத மனிதர்களின் மனதினைக் குருடாக்கி விடுகிறான். கிறிஸ்தவர்களின் மனநிலையை தனது கட்டுப்பாட்டிற்குள் கொண்டுவர சாத்தான் பிரயாசப்பட்டுக் கொண்டிருக்கிறான். தவறான எண்ணங்களை நம் மனதிற்குள் நுழைத்து நம்மில் புகுந்துவிட நம்மையே குறி வைக்கிறான்.

நீதிமாழிகள் 23:7 - 'அவன் இருதயத்தின் நினைவு எப்படியோ, அப்படியே அவன் இருக்கிறான். புசியும், பானம் பண்ணும் என்று அவன் உன்னோடே சொன்னாலும் அவன் இருதயம் உன்னோடே இராது.' சாத்தானானவன் மனக்கசப்புகளின் மூலமாகவும், பெருமை, வெறுப்புணர்வு, ஏமாற்றங்களின் மூலமாகவும் நம் வாழ்வில், மனதில் நுழைய முயற்சிப்பான்.

மரண பயத்தினால்

சாத்தான் ஒரு கொலைகாரன். அவன் பலவிதமான விபத்துக்களை உருவாக்கி மனித உயிர்களைப் பறித்துக்கொள்கிறான். ஜீவன், மரணத்தின் திறவுகோலை உடையவராய் தேவன் இருக்கிறார். சில சமயங்களில் சாத்தானும் கூட தேவனிடமிருந்து அதிகாரத்தைப் பெற்றுக் கொள்கிறான். யோபு 1:12-ல் பக்தனாகிய யோபுவினுடைய குடும்பத்தை அழிப்பதற்கு தேவன் சாத்தானுக்கு அதிகாரம் கொடுத்திருந்தார். யோபு 1:19-ல் யோபுவினுடைய ஏழு குமாரர்களும் மூன்று குமாரத்திகளும் வீடு இடிந்து விழுந்தபடியினாலே இறந்து போகிறார்கள்.

தற்கொலை செய்வதன் மூலமாக

வேதத்தில் சாத்தான் கூட இயேசு கிறிஸ்துவை தற்கொலை செய்வதற்குத் தூண்டினான். அதாவது தேவாலயத்தின் உப்பரிகையின் மேலிருந்து தாழக்குதிக்கும் படி அவன் இயேசுவைத் தூண்டினான்.

வேறுபட்ட மனநிலை

இது பொதுவாக மனிதர்களில் காணப்படக் கூடியது தான். ஆனால் பிசாசானவன் தந்திரமாகவும், தனது அபாயகரமான சக்தியால் தேவ பிள்ளைகளை மேற்கொள்ள வகை தேடுகிறான். ஆனால் அதற்கு இடங்கொடாமல் நமது மனநிலையை நெருக்கமாகக் கண்காணித்து இயேசு கிறிஸ்துவின் மூலமாக சாத்தான் மீது வெற்றியை மேற்கொள்ளவேண்டும்.

பணம் செலவழிக்கும் பழக்கத்தின் மூலமாக

சாத்தான் பொருட்களை வாங்கவேண்டும் என்ற ஆசையைத் தூண்டி, வாங்குவதற்குப் போதுமான வருமானமின்றி தவிக்கும் வேளைகளில் பெலவீனங்களை நம்மில் உருவாக்கி, நாம் மேலும் மேலும் பாவம் செய்யவும், அதிகச் செலவுகள் ஏற்படவும் வழி செய்கிறான்.

ஆடம்பர மோகம்

பெண்கள் தங்களுக்குத் தகுதியான வஸ்திரத்தையே அணிய வேண்டும் என்று வேதம் ஆலோசனை தருகிறது. நவீன, ஆடம்பரங்களைப் பின்பற்றி அதனால் ஏற்படும் பின்

விளைவுகளை சற்றுகூட யோசிக்காமல், அவைகளைக் கையாண்டு மனம் வருந்தியவர்களும் உண்டு.

நாவினுடைய முறையற்ற பயன்பாட்டினால் அசுத்த ஆவிகளுக்கு வாசல் திறக்கப்படுகிறது.

சில தனிப்பட்ட நபர்கள், ஆவிக்குரிய ஆசீர்வாதங்களைத் தேடாமல் உலகத்திற்குரிய ஆசீர்வாதங்களைத் தேடுவதிலேயே தங்கள் மனநிலையை வெறுமையாக்கி கொள்ளும்போது சாத்தான் அந்த இடத்தை நிரப்புவதற்காக தன்னை ஈடுபடுத்திக்கொள்வதில் மிக்க சந்தோஷமடைகிறான்.

வழிகாட்டுதல் தொடர்பாக விசுவாசிகளுக்கிடையே குழப்பங்களை உருவாக்கிவிடுகிறான்

பிசாசானவன், ஆர்வமுடன் தேவனைத் தேடி, அவருடைய ஆலோசனையை நாடி அவர் சித்தம் செய்யக் காத்திருக்கும் வேளையில் ஆத்துமாக்களிடையே குழப்பமான மனநிலையை உருவாக்கி ஒரு பதட்டமான சூழ்நிலையை உருவாக்கி விடுகிறான். தேவனுடைய சத்தத்தையும் சாத்தானுடைய சத்தத்தையும் வேறுபடுத்தி அடையாளம் கண்டுகொள்ளுங்கள். தேவனுடைய சத்தம் தனித்துவமானது. வல்லமையுள்ளது.

பகல் கனவு பிசாசின் விளைச்சல் நிறைந்த ஒரு நிலமாகும்

பகல் கனவுகளில் நல்ல கனவுகளும், கெட்ட கனவுகளும் உண்டு. நம்மால் கட்டுப்படுத்த இயலாத மன சிந்தனைகளை மிகக் கவனமாகக் கண்காணிக்க வேண்டும். வெளியரங்கமான, அப்பட்டமான பல பாவங்களுக்குக் காரணம் வீண் சிந்தனைகளான பகல் கனவின் தீய விளைவே.

எண்ணங்கள், மனநிலைகள் போன்ற உணர்வுகள் கண்காணிக்கப்பட வேண்டும்.

பிறர் தேவ ஆலோசனை தரும்போது அது நன்மைக்காகவே என்று புரிந்துகொள்ளவேண்டும். தன்னை அவமதிப்பாகக் கூறிவிட்டார்களோ என சிந்திக்கக் கூடாது. உணர்ச்சிகளின் அடிப்படையில் வாழாமல் தேவ குமாரனின் மேல் நம்பிக்கை வைத்து வாழ வேண்டும்.

விமர்சனங்கள்

சிலர், சில வேளைகளில் நம்மைத் தவறாகப் புரிந்துகொள்ள நேரிடும். தவறான எண்ணத்துடன் பழக நேரிடலாம். எல்லாவற்றையும் ஏற்றுக்கொண்டு சீராக மனநிலையை வைத்து வாழக் கற்றுக்கொள்ள வேண்டும்.

அதைரியம் என்னும் மிகப் பெரிய ஆயுதத்தை பயன்படுத்த சாத்தான் தயங்குவதே இல்லை.

முதிர்வயதிலும் தேவனுக்காக உண்மையாக ஊழியம் செய்பவர்களைத் தான் சாத்தான் மனத்தாங்கல் அடையச் செய்வான். உங்களுக்கு வயதாகி விட்டது. சற்று ஓய்வெடுத்து இளைப்பாறுங்கள். ஊழியத்தை விட்டுவிடுங்கள் என பிசாசானவன் பொய்யுரைப்பான்.

போதிக்கிறவர்களுக்கு அநேக சோதனைகளுண்டு

போதகர்களுக்காக ஊக்கமாக ஜெபியுங்கள்.

(a) சாத்தான் ஆராதனை நேரங்களில் சோதிப்பான், தேவ பயத்துடன் காணப்படாவிட்டால் தேவனுடைய பிரசன்னத்தை இழக்க நேரிடும்.

(b) ஆவிக்குரிய பெருமையால் அடிமையாக்கப்பட்டு பிறர் கூறும் பாராட்டுக்கள், உருக்கமான ஜெபத்தைப் பற்றி, நேர்த்தியான பிரசங்கம் என மெச்சிக் கூறப்படுவது ஒரு கண்ணி-

யாக அமையும்.

(c) அரிய பெரிய சாதனைகளை எதிர்பார்க்கும் ஒரு எண்ணம்.

ஏழ்மையான ஊழியத்தில் தன்னை ஈடுபடுத்த விரும்பாமல் பெரிய சாதனைகளை எதிர்நோக்கிச் செயல்படுவதால் கொஞ்சத்தில் கூட உண்மையாயிருக்க முடியாமல் சாத்தானால் பல தாக்குதல்களுக்கு ஆளாகி விடுவார்கள்.

(உ.ம்.) விசுவாசிகளுக்கிடையே மோதல், அச்சுறுத்தல்கள், மனமுறிவு இவற்றால் வாழ்வு இருளாகிவிடும்.

வாசகர்களே, இவ்வுலகில் பொய்க்குப் பிதாவாகிய சாத்தான் யாரை வஞ்சிக்கலாமென்று வலைவீசி தேடிக்கொண்டு இருக்கிறான். குறிப்பாகக் கிறிஸ்தவர்களுக்கு அநேக உபத்திரவங்களைக் கொடுத்து, அவர்கள் வாழ்வைத் திசைதிருப்பிக் கொண்டிருக்கிறான். இவ்வுலகத்தில் நமக்குப் போராட்டங்களுண்டு. ஆனாலும் பிசாசை எதிர்க்கிறவர்களாக, ஜெயங்கொள்ளுகிறவர்களாக நாம் இருக்க வேண்டும். சாத்தானுக்கு அடிமையாய் இருந்து தற்கொலை செய்வதினாலோ, மரண பயம் நம்மில் இருப்பதாலோ, ஆடம்பரமாய் இவ்வுலகில் ஜீவிப்பதினாலோ தேவனுடைய ராஜ்ஜியத்தை நாம் சுதந்தரித்துக் கொள்ள முடியாது. பிசாசின் தந்திரங்களுக்கு எதிர்த்து நிற்போம். கிறிஸ்து நம் பட்சத்தில் இருக்க நம்மை மேற்கொள்பவர் யார்? சர்வாயுத வர்க்கத்தை எடுத்துக்கொண்டு பிசாசுக்கு எதிர்த்து நிற்போம். அவன் நம்மை விட்டு ஓடிப்போவான்.

11

குழந்தைகளை சிறந்தமுறையில் வளர்ப்பதற்கான ஆலோசனைகள்

குழந்தைகள் பொதுவாக பிறரைப் பார்த்து அவர்களைப்போலச் செய்யப் பழகும் தன்மையுடையவர்கள். நாமும் மற்றவர்களுடைய செயல்களைப் பார்த்து அதை மனதிற்கொண்டு அப்படியே அதைப்போலச் செயல்படுகிறோம். குறிப்பாகக் குழந்தைகளை எடுத்துக்கொண்டால், பெற்றோர்கள் செய்கின்ற எல்லாச் செயல்களையும் கவனிக்கிறார்கள். பிறப்பிலிருந்து ஐந்து வயது வரைக்கும் குழந்தைகளின் மூளையானது மற்றப் பருவங்களைக் காட்டிலும் விரைவாக வளர்ச்சியடையத் தொடங்குகிறது. அவர்களின் மூளை வளர்ச்சியடையும் பருவங்களில் அவர்கள் கவனிக்கும் செயல்கள் ஆழ்மனதில் இயல்பாகவே பதிந்து விடுகிறது. அதன் அடிப்படையில்தான் குழந்தைகள் பள்ளி மற்றும் வாழ்வின் பல இடங்களிலும் வெற்றியைக் காணமுடிகிறது.

தீமையான, முறையற்ற வளர்ப்பு முறைகள் குழந்தைகளை அதிகமாகத் தவறு செய்வதற்கும் குற்றங்கள் செய்வதற்கும் தூண்டுகிறது. இது மட்டுமல்லாமல் முறையற்ற வளர்ப்பு முறையால் குழந்தைகள் உடலளவிலும், மனதளவிலும் பாதிக்கப்பட்டு தோல்விகளைச் சந்திக்கின்றனர். இதனால் அவர்களின் வளர்ச்சிகுன்றிக் காணப்படுகிறது. பள்ளியிலும் குழந்தைகள் தங்கள் கடமைகளை சரிவர நிறைவேற்ற முடியாமல் திணறுகின்றனர். ஏனென்றால் குழந்தைகளின் தேவைகள் வீடுகளில் சந்திக்கப்படாமல் போய்விடுகிறது.

நல்ல வளர்ப்பு முறை ஒரு நிலையானத் தன்மையுடன், ஒழுக்கத்துடன், குழந்தைகளை கட்டுப்பாட்டிற்குள் வளர்க்க உறுதுணையாக அமைகிறது. குழந்தைகளுக்குள் சுதந்திரத்தை, முடிவெடுக்கும் திறனை வளர்ச்சியடையச்செய்வதற்குத் தேவையான ஒன்றாக நல்ல வளர்ப்பு முறை அமைகிறது. ஒரு நல்ல பெற்றோரின் பராமரிப்புத் திட்டத்தில் குழந்தைகளின் வயது,

பாலினம், வளர்ப்பு முறை, வளர்ச்சிக்கான நிலைகள் ஆகியவை இடம் பெற்றிருக்கவேண்டும்.

குழந்தைகள் வளர்ப்பு முறையின் விதங்கள்

குழந்தைகளின் வளர்ப்பு முறைகளை நான்கு பெரும்பிரிவுகளாக வகைப்படுத்தலாம். பல்வேறு ஆராய்ச்சிகளின் மூலமாகக் கிடைக்கப் பெற்ற முடிவில் கீழ்காணும் பெயர்கள் பட்டியலிடப்பட்டுள்ளன. அவையாவன

1. சர்வாதிகார முறை
2. அதிகாரப்பூர்வமான முறை
3. அனுமதிக்கப்பட்ட முறை
4. ஈடுபாடற்ற முறை

இதில் சர்வாதிகாரப் பெற்றோர் மிகவும் கண்டிப்பானவர்கள்.

நல்ல வளர்ப்பு முறையைக் கையாளுவதற்குத் தீர்மானிக்கவேண்டிய சில கருத்துக்கள்:

- நல்ல முன் மாதிரியாகச் செயல்படுதல்
- குழந்தைகளை நேசித்து, அதைச் செயல்களின் வழியாக வெளிப்படுத்துதல்.
- கனிவும், மன உறுதியும் கொண்ட நேர்மறையான வளர்ப்பு முறைக்கான பயிற்சி மேற்கொள்ளுதல்.
- உங்கள் குழந்தைகளுக்கு அடைக்கலமாக இருத்தல்.
- பெற்றோர் தங்கள் குழந்தைப் பருவத்தையும் கூடப் பிரதிபலித்தல்.
- குழந்தைகளின் சுய மரியாதையை கருத்திற்கொள்ளுதல்.
- **குழந்தைகளைப் பாராட்டுதல்**

சிறு பருவத்திலேயே பெற்றோர்கள் எங்ஙனம் குழந்தைகளைக் காண்கிறார்களோ அவ்விதமே அக்குழந்தைகளும் தங்களைக் கண்டு செயல்படத் தொடங்குகிறார்கள். எனவேதான் குறிப்பாக சில வரையறைகளையும், விதிமுறைகளையும் உருவாக்கி, அதைச் செயல்படுத்துவது மிக அவசியம். முக்கியமாக பெற்றோர்களாகிய நாமே மற்ற எல்லாரையும் விட, குழந்தைகளின் சுயமரியாதையை வளர்ச்சியடையச் செய்வதில் அக்கறை காட்டவேண்டும்.

குழந்தைகளின் சாதனைகள், அவை எவ்வளவு சிறிதாக இருந்தாலும், அதைப் பாராட்ட முன் வருவது அவர்களைப் பெருமிதம் கொள்ளச் செய்யும்.

குழந்தைகளை சுதந்திரமாகத் தங்கள் கடமைகளைச் செய்ய அனுமதிக்கும் போது, அவர்கள் பொறுப்புள்ளவர்களாகவும், வலிமையுள்ளவர்களாகவும் தங்களை உணருகின்றனர். மாறாக அவர்களை வேறுபடுத்தி, எதிர்மறையான கருத்துக்களால் விமர்சித்து, மற்றக் குழந்தைகளோடு ஒப்பிடுவோமானால் குழந்தைகள், தங்களை பயனற்றவர்களாக உணர்ந்து தன்னம்பிக்கையை இழந்துவிடுகின்றனர்.

- **ஒருவருக்கொருவர் என தனித்த நிலையில் செலவு செய்யும் நேரம்:**

- உங்கள் குழந்தைகளுக்கென்று நேரத்தை ஒதுக்குங்கள்.

- குழந்தைகளுடன் பேசித் தொடர்பு கொள்வதற்கு முன்னுரிமை அளிக்கவேண்டும்.
- உங்கள் வளர்ப்பு முறையைச் செயல்படுத்துவதற்கு உங்கள் சூழ்நிலைகளுக்கு ஏற்றவாறு வளைந்து கொடுக்க முன்வருபவர்களாயிருங்கள்.
- உங்கள் அளவற்ற அன்பினை வெளிப்படுத்துங்கள்.
- சிறு பருவத்திலிருந்தும், வளர்ந்த பின்னரும் பெற்றோர்களுக்கு மரியாதை கொடுக்காத குழந்தைகள், யாரிடமும் உண்மையான மரியாதையைக் கொண்டிருக்கமாட்டார்கள்.
- நம்முடைய வாழ்வின் ஒவ்வொரு நாளிலும் 'நல்ல நினைவுகள்' என்னும் வைப்புநிதியை 'குழந்தைகளின் நினைவுகள்' என்னும் வங்கியில் சேமிக்கத் தொடங்கிவிடவேண்டும்
- **பெற்றோர்களாகிய நாம் குழந்தைகளுக்குக் கற்றுத்தரவேண்டிய மிக முக்கியமான விஷயங்கள்:**

1. தன்னையே மதிக்கக் கற்றுக்கொடுத்தல்
2. பிறரை மதிக்கக் கற்பித்தல்
3. சுதந்திரமாகச் செயல்படக் கற்பித்தல்
4. ஆர்வமுடையவர்களாகவும், விமர்சிக்கும் சிந்தனை உடையவர்களாகவும் இருக்கக் கற்பித்தல்
5. மன உணர்வுகளில் வளர்ச்சியுடன் தன் சுயத்தை வெளிப்படுத்தும் நிலைகள்
6. சுய ஒழுக்கம்
7. சமூக இயக்கவியல்
8. உளவியல் அறிவும் ஆற்றலும்

- **தரமான நேரத்தை நான்கு விதங்களில் குழந்தைகளோடு செலவிடுதல்**

தகுதியான நேரத்தை குழந்தைகளோடு செலவிடுதல் பல ஆக்கப்பூர்வமான, வித்தியாசமான வழியில் குழந்தைகள் சாதனை புரிவதற்கு வழி வகுக்கும்.

பெற்றோராகிய நாம் நமது குழந்தைகளுக்கு வழங்க வேண்டிய விலைமதிப்பு மிகுந்த காரியம் எதுவென்றால் அது நமது நேரம் மட்டுமே. விலைமதிப்பேறிய நமது நேரத்தை குழந்தைகளுக்காகச் செலவிடும்போது, குழந்தைகள் நம்மைப் பாராட்டுவார்கள்.

- **நீங்கள் கடைபிடிக்க வேண்டியவை:**

- உங்கள் குழந்தைகளின் வாழ்க்கை அனுபவங்களைக் கேட்டு அறிந்து கொள்ளுங்கள்.
- உங்கள் குழந்தைகளோடு நடைப்பயிற்சி மேற்கொள்ளும் போது அவர்களுடைய பள்ளியைக் குறித்துப்பேசுங்கள். அவர்களுடைய ஆர்வங்களை உங்களிடம் வெளிப்படுத்த அனுமதியுங்கள்.
- அவர்களுடைய பொழுது போக்கில் நீங்களும் இணைந்து கொள்ளுங்கள்
- குழந்தைகளுடன் சேர்ந்து அவர்களின் செயல்முறைத் திட்டங்களிலும், விருப்பங்களிலும் இணைந்து பணியாற்றலாம்.

- ஒன்றாகச் சேர்ந்து சமையுங்கள்
- உங்கள் வாழ்க்கை அனுபவங்களை குழந்தைகளிடம் பகிர்ந்து கொள்ளுங்கள்

பொதுவாக பெற்றோராயிருப்பவர்களுக்கும், இனி பெற்றோராய் மாற இருப்பவர்களுக்கும், நாம் குழந்தைகளை எவ்விதம் வளர்க்கப் போகிறோம் என்ற அச்சம் மனதில் எழுவதுண்டு. குழந்தைகளின் எதிர்காலம் பெற்றோராகிய நம் கரத்தில்தான் உள்ளது. 'பிள்ளையாண்டானை நடத்த வேண்டிய வழியிலே நடத்து. முதிர்வயதிலும் அவன் அதை விடாதிருப்பான்' என்று வேதம் கூறுகிறது. பெற்றோராகிய நாம்தான் பிள்ளைகளுக்கு முன்மாதிரியாகச் செயல்பட வேண்டும். நல்ல காரியங்களை போதிக்கிறவர்களாக இருக்கவேண்டும். இந்த சமுதாயத்தில் நல்லவர்களாக அவர்களை உருவாக்குவோம். அவர்களிடம் அன்பு செலுத்துவோம். நல்ல காரியங்களைக் கற்றுக்கொடுத்து வெற்றிக்கு நேராக வழிநடத்துவோம்.

12

பெற்றோர்களுக்கு தேவையான திறன்கள்

வலுவான அல்லது திறன் கொண்ட பெற்றோர்கள் யார் என்பதை அறியும் வழிமுறைகளை இக்கட்டுரையின் வாயிலாக நாம் காண இருக்கின்றோம். பொதுவாக பெற்றோர்களின் திறன் என்பது, குழந்தைகளின் இயல்பான தாலந்துகளைச் சுலபமான முறையில், அவர்கள் ஈடுபாடு கொள்கிற செயல்பாடுகளின் மூலம் கண்டறிந்து, அவர்களின் குறைகளை விட நிறைகளை அறிந்து அதற்கு நேராகக் குழந்தைகளை வழிநடத்துதலே ஆகும். இக்கட்டுரையில் உண்மைக் கதைகள், உதாரணங்கள், செயல்முறை ஆலோசனைகள், பெற்றோர்களின் திறனை கண்டறிவதற்கான ஆய்வு முறைகள் போன்றவை குறியீட்டு எண்களால் வரிசைப்படுத்தித் தரப்படுகிறது. இதன் மூலம் நீங்கள் உங்கள் குழந்தைகளின் மூன்று விதமான தாலந்துகளைக் கண்டறியலாம்.

வெற்றிக்கு நேராக குழந்தைகளை ஒருமுகப்படுத்துதல்

குழந்தை கருவில் உருவான நாள் முதல் பெற்றோராகிய உங்கள் மனதில் குழந்தைகள் எவ்விதமாய் வளருவார்கள்? எந்த நிலையை அடைவார்கள்? நான் எவ்விதம் வெற்றிக்குக் நேராக குழந்தைகளை வளர்க்கமுடியும்? விளையாட்டில் அல்லது படிப்பில் முக்கியத்துவம் பெற்றவனா? கலை அல்லது இசை இதில் எதில் ஆர்வம் காட்டுவான்? என்று பல கேள்விகள் தொடர்ந்து எழுந்து கொண்டு இருக்கலாம். இக்கேள்விகளுக்கான சரியான பதில் வேறெங்கும் இல்லை. பதில் உங்களிடம், உங்கள் குழந்தையிடம், உங்கள் குடும்பத்திடமே உள்ளது. குழந்தைகளைப் புரிந்துகொண்டு முற்போக்கான கருத்துகளை உருவாக்கி, பின்வரும் நாட்களில் முன் கருதலாக பெற்றோர்கள் செயல்படலாம். வெற்றி என்பது செல்வத்தையோ, சொத்தையோ குறிப்பிடுவதல்ல. மகிழ்ச்சி, மனநிறைவு, நல்ல தரமான வாழ்வு அமையப் பெற்றதே வெற்றி ஆகும்.

தன்னையும், தன்னைச் சார்ந்தோரையும் கட்டியெழுப்பும் ஒரு சந்ததியை உருவாக்கி வெற்றி காண்பதேயாகும். இதற்குப் பெற்றோர்கள் உறுதுணையாக நின்று செயல்படவேண்டும்.

பெற்றோர்களின் மன அழுத்தங்கள், தீராக் கவலைகள், துக்கங்கள் இவற்றிற்கு அடிப்படைக் காரணம், தங்கள் கைகளில் தரப்பட்ட வாய்ப்புகளை சிறுகுழந்தைப் பருவத்தில் தவற-

விட்டதே ஆகும். குழந்தைகளின் நலனைக் கருதாமல், பல்வேறு பணிகளுக்குச் சென்று, வருமானத்திற்கு முக்கியத்துவம் தருவது தான் தவறுகள் நிகழ ஒரே காரணமாக அமைகின்றது. குழந்தைகளுக்கு மரியாதை கொடுத்து, அவர்களையும் ஒரு தனி நபராகக் கருதினால், நல்ல எதிர்காலத்தை, இப்பொழுதே குழந்தைகளில் நாம் காண முடியும்.

தாலந்து, வலிமை இவற்றின் வேறுபாடுகளை நாம் தெரிந்து கொள்வது மிக முக்கியமானது. தாலந்து என்பது ஒரு மனிதன் இயல்பாகவே சிந்தித்துச் செயல்படுவதாகும். வலிமை என்பது தாலந்துகளை அடிப்படையாகக் கொண்டு முதலீடு செய்து, திறன், அறிவு, செயல்பாடுகள் இவற்றின் மூலமாக உருவாவதாகும். உதாரணமாக ஒரு தகவலை சிந்தித்து நோக்குவது, அதன் அடிப்படையில் எதிர்காலத்தில் சாத்தியமாகக் கூடிய செயல்களைச் சிந்திப்பது, அதைத் தேர்வு செய்வது போன்ற செயல்கள் தான் வலிமையைக் காட்டுகிறது.

தாலந்து மற்றும் வலிமை

இயல்பாகவே மனிதர்கள் தங்கள் தாலந்துகளைத் தெரிந்து கொள்ளாமலேயே இருந்துவிடுகிறார்கள். தாலந்துகள் பிறப்பிலேயே உள்ளார்ந்த நிலையில் நம்மில் அமைந்து விடுகிறது. பொதுவாக நமக்குள்ள தாலந்துகள் பிறருக்கும் உண்டு என்று கருதப்படுகிறது. இந்தத் தாலந்துகள், நாம் எவ்வாறு செயல்படுகிறோம்? நாம் உலகத்தைக் கண்ணோக்கும் விதம் எவ்வாறு அமைந்துள்ளது என்பதைப் பொறுத்தே அமைகின்றன.

அமெரிக்கா தேசத்தில், ஐஓவா மாகாணத்தில் சாதாரணப் பண்ணையில் வாழ்ந்து வந்த ஜோயல் என்னும் மாணவன் 4/Hஎன்னும் நான்கு விதமான கல்வி சாராச் செயல்பாடுகளை (Extra Curricular Activities) தெரிந்துகொண்டான். சில மாணவர்கள் பண்ணை சார்ந்த செயல்பாடுகளையும், மாணவிகள் சமையல், தையல் போன்ற செயல்பாடுகளையும், வேறு சில மாணவர்கள் அறிவியல் சார்ந்த செயல்பாடுகளையும் தெரிந்துக் கொண்டனர். ஆனால் ஜோயல், எல்லாச் செயல்பாடுகளையும் தெரிந்து கொண்டு, எல்லாப் போட்டிகளிலும் முதல் பரிசையே பெற்று வந்தான். தன்னிடம் ஐந்து விதமான வலிமைகள் (சாதனையாளர், இயக்குவிப்பவர், போட்டி, தகவல் சக்தி உள்ளீடு, உச்ச நிலைக்குக் கொண்டு செல்பவர்) இருப்பதைத் தெரிந்துக் கொள்கிறான். அவனுடைய தகப்பன் 'நீ எல்லாப் போட்டிகளிலும் வெற்றி பெற்றதற்கு காரணம் உன் கடின உழைப்பு தான். ஆனால் உனக்கு என்ன தேவை?, உன் முக்கிய வலிமைகள் எவை?, உன் செயல்பாடுகளின் ஆர்வம் எதில் உள்ளது? இவற்றை நீ தெரிந்துக்கொண்டுள்ளாய். ஆனால் தாலந்துகளின் அடிப்படையில் பிற மாணவர்கள் வெற்றிபெற வேண்டும் என்று நீ நினைத்தாலும், உன்னுடைய அயராத உழைப்பு, மேற்கூறிய ஐந்து வலிமைகள் இவற்றைக் கொண்டு வென்று விட்டாய்' என்று கூறிய ஆலோசனைகள் மூலமாய் ஜோயல் ஒரு சாதனையாளராய் சிறுவயதிலிருந்தே செயல்பட தொடங்கினான்.

ஜோயல் கற்றுக் கொள்ளவும், கட்டியெழுப்பவும் ஆர்வம் கொண்டவனாகத் திகழ்ந்தான். கல்லூரி முதல் ஆண்டிலேயே ஒரு தொழிலதிபராக மாறிவிட்டான். பல தொழிற்சாலைகளை நிறுவினான். அதில் பல வருடங்கள் யாருடனும் இணைந்து பணிபுரியும் ஒத்த மனநிலையில் அவன் இல்லை. அப்போது அவன் தகப்பனார் 'உலகில் யாரும் உயர்வான நிலையில் இருந்துவிட முடியாது. என்னைப் பார். நான் ஒரு கட்டுமானத் தொழிலாளி. என்னைப் போன்ற தொழிலாளர்கள் இவ்வுலகிற்குத் தேவை' என அறிவுறுத்த, அவன் அதை உணர்ந்து, தன்னை மாற்றிக்கொள்ள முயற்சி செய்தான்.

முக்கியமாக நம்மிடம் இயற்கையாக அமைந்துள்ள சிறப்பான தாலந்துகள் மூலமாக நாம் சிறந்த நிலையை, முன்னேற்றப் பாதையைக் கண்டடைய முடியும் என்பதை இவ்வாய்வு தெளிவுபடுத்துகிறது.

ஜோயலின் தகப்பனார் வலியுறுத்திக் காட்டிய முக்கியக் கருத்து என்னவென்றால், தாலந்துகளில் முன்னுரிமை பெற்றிருப்பது ஒரு உள்ளார்ந்த செயல்பாட்டுத் திறனாகும்.

வலிமையும் சுய கருத்துக்களும்

சமுதாயத்தில் ஒருவருக்கு இருக்கும் மதிப்பு, பள்ளி அல்லது கல்லூரி அனுபவங்கள், பிறரோடுள்ள நல்ல மனப்பான்மை, குழந்தை பருவத்தின் நீங்காத நினைவுகள், வாழ்வில் பெற்ற பல வெற்றிகள் இவற்றைச் சார்ந்தே அமைகிறது. உதாரணமாக ஒரு குழந்தை முதல் அடி எடுத்து வைத்து நடக்கையில், பெற்றோர்கள் கைகளைத் தட்டி உற்சாகப்படுத்தும்போது குழந்தை மறுபடியும் ஒரு அடி எடுத்து வைத்து நடைபயிலப் பழகுகிறது. உண்மையில் ஒரு குழந்தை தானாகவே வெற்றியடைய முடியாது. குழந்தைப் பருவத்திலிருந்தே தான் பெறும் வெற்றி அனுபவங்கள் மூலம் தான் தன்னால் வெற்றி பெற முடிகிறது என்பதைப் புரிந்து கொள்வதும், பிறருடன் ஈடுபாடு கொள்வதும் மட்டுமே வெற்றியை நோக்கி அழைத்துச் செல்கிறது. ஆகவே தன் மதிப்பை அதிகரிக்கும் செயல்களில் ஈடுபடுதல் வேண்டும். உங்களுடைய பழைய நினைவுகளை எண்ணிப் பார்த்தால் வாழ்வில் நீங்கள் பெற்ற ஒரு வெற்றி, பள்ளியில் பெற்ற ஒரு போட்டிக்கான பரிசு. இவை மேலும் வெற்றி பெற உங்களை ஊக்கிவிக்கிறது தானே?

- **வலிமைக்கும் தாலந்துக்கும் (திறனுக்கும்) என்ன தொடர்பு என்று பார்க்கும்பொழுது:**

அநேக ஆராய்ச்சிகள் குழந்தை வளரும் சூழல், குழந்தையின் அறிவு, திறன், வளர்ச்சி, சமுதாய வாழ்வு இவைகள் தான் குழந்தையை வலுப்படுத்துகிறது என்று தெளிவாக எடுத்துரைக்கின்றன. அனுகூலமான அணுகுமுறைகளும் மனஎழுச்சிகளும் குழந்தையின் தாலந்துகளை வளர்த்து, அக்குழந்தைக்குத் தன்னைப் பற்றிய நல்ல உள்ளார்ந்த எண்ணம் உருவாக உதவுகிறது. இதுவே அவர்களின் வருங்காலத்திற்கு நல்ல பலனளிக்கும் அஸ்திவாரமாக அமைகிறது.

நேர்மறையான மன உணர்ச்சிகள் (Positive Emotion) என்பது ஆடம்பரமான வாழ்வினை அளிப்பது அல்ல. குழந்தையின் மனநிலையை அறிந்து பக்குவமாய் முன்னேற்றப் பாதையில் நடத்துவதே ஆகும். பல ஆராய்ச்சி முடிவுகள் குழந்தைகள் வாழும் நிலை அக்குழந்தைகளின் அறிவு, திறமை, திறன் வளர்க்கும் தன்மை, சமுதாய வாழ்வு இவற்றைச் சார்ந்தே இருக்கும் என்று கூறுகின்றன. நேர்மறையான வாழ்வு முறை குழந்தைகளின் மனநிலையை அனுபவத்தோடு வளரச் செய்து, அக்குழந்தைகள் தானாகவே கண்டறிய, புரிந்துகொள்ள ஆற்றல் தருவதோடு வருங்கால வாழ்வுக்கான ஒரு அர்த்தமுள்ள தீர்வுகளைப் பெற அடித்தளம் இடுகிறது.

கேனன் ஸ்தாபனத்தின் உளவியல் பேராசிரியரும், கலிஃபோர்னியா நார்த் பல்கலைக் கழகத்தின் முதன்மை ஆராய்ச்சியாளருமான பார்பராஃப்ரெடிக்ஸன் குறிப்பிடுவது :

* **குழந்தைகளைப் பாதுகாக்க, எதிர்மறையான மனசுபாவங்களிலிருந்து அவர்களைப் பாதுகாத்தல் வேண்டும்.**

* எதிர்மறையான எண்ணத்தாக்குதலிலிருந்து அவர்களுடைய மனநிலையை மாற்றி பக்குவமாய் பழக்கவேண்டும்.

* குழந்தைகளின் எண்ணத்தை விரிவாக்கம் செய்யும் நிலையில், வாழ்வின் முற்போக்கான எண்ணங்கள், செயல்கள் இவற்றைக் கண்டறிந்து ஈடுபடச் செய்தல் வேண்டும்.

* இன, மத தடுப்புச் சுவர்களை மாற்றுதல் வேண்டும்.

* இவ்விதமாக மாற்றங்களை ஏற்படுத்தும் போது நிலையான உறவுகள், நல்ல ஆரோக்கியம், அறிவு சார்ந்த அனுபவங்களைப் பெற முடியும். இதனோடு சமுதாய மனோதத்துவ அறிவைத் தரும் அனுபவங்களைப் பெற முடியும். அதோடு சமுதாய மனோதத்துவ அறிவைத் தரும் அனுபவங்களையும் புகட்டல் வேண்டும். இவ்வாறு செய்யும்பொழுது வாழ்க்கையின் மிகக் கடினமான நேரங்களில் அவை குழந்தைகளை ஊக்குவிக்கும்.

* தனி மனிதர்களும், பொது நிறுவனங்களும் இவர்களின் நற்செயல்களை இவர்கள் மூலமாக வெளிக் கொண்டுவர பயன்படல் வேண்டும்.

* முன்குறிப்பிட்டபடியே பெற்றோருக்கு அக்குழந்தை பிறந்தநாள் முதல் நேரடியான கண்காணிப்புடன் உரிமையுடன் சீர்படுத்த வாய்ப்பு இருக்கிறது.

நோபல் பரிசு பெற்ற டேனியல் காகன்மேன் என்ற விஞ்ஞானி பெற்றோருக்கு நாளொன்றுக்கு சுமார் இருபதாயிரம் சந்தர்ப்பங்கள் குழந்தைகளோடு செலவிடும் வாய்ப்புகள் கிடைக்கிறது எனக் கூறியுள்ளார். நாம் நினைவில் வைத்துக்கொள்ள வேண்டியது என்னவென்றால், நேர்மறை (அல்லது) எதிர்மறை எண்ணங்கள் மட்டும் தான் குழந்தைகள் மனதில் விரைவாகப் பதிந்து விடுகிறது. ஆகவே மேற்குறிப்பிட்ட இருபதாயிரம் தருணங்களை நேர்மறையான எண்ணங்கள், கருத்துக்கள் போன்றவற்றை குழந்தைகள் மனதில் என்றும் நிலைக்கும்படி பதிய வைப்பது நல்லது. மேலும் குழந்தைகளுக்கும், குடும்பத்திற்கும் ஏற்ற நல்ல சூழலை உருவாக்கி அவர்களை வெற்றிக்கு நேராக ஆயத்தம் செய்தால் நல்ல மகிழ்ச்சியையும், மன நிறைவையும், சிறந்த வாழ்வையும் பெற்றுக்கொள்ள உதவும் என்கிறார்.

13

பெற்றோர்களின் வலிமைகள்

உலகப் பிரசித்திப் பெற்ற நிறுவனங்களில் பணிபுரியும் பல தொழிலாளர்கள் தங்களுடைய திறமைகளையும், வலிமைகளையும் அந்நிறுவனத்தின் வெற்றிக்காகவே பயன்படுத்துகின்றனர். அது அவர்களுக்கு மனதிருப்தியை அளித்து மகிழ்ச்சியுடன் பணிபுரிய ஏதுவாக அமையலாம். இவ்விதமான நிறுவனங்களில் பணிபுரிவோருக்கு ஆரம்பத்திலேயே வலிமைசார் பயிற்சி அளிக்கப்படுகிறது. இதன் மூலமாக பணியாளர்கள், தங்களுக்கு ஏற்றப் பணிகளைத் தேர்வு செய்து, தங்கள் வலிமைகளை, திறமைகளை முழுமையாக ஈடுபடுத்திகொள்ள முடிகிறது. பெற்றோர்களாகிய நாமும், நம்முடைய தாலந்துகள், திறமைகள் இவற்றின் அடிப்படையில் தான் குழந்தைகளின் திறமைகள், தாலந்துகளை எதிர்கொண்டு செயல்பட வேண்டும். எனினும் பலமுறை தோல்வி உணர்வுகளை, குற்ற உணர்வுகளை, கவலை உணர்வுகளை நாம் சந்திக்க நேரிடலாம். இதனைத் தவிர்க்க குறைகளை மட்டும் கருத்தில் கொள்ளாது, நம்மிடம் உள்ள தாலந்துகளையும், வலிமைகளையும் கருத்திற்கொண்டு செயல்படவேண்டும். அப்போது தான் நமக்கு வெற்றி கிடைக்கும்.

வலிமைகளைக் கண்டறிதல் என்னும் பயிற்சியில் இழந்ததை ஈடுசெய்யக்கூடியது என்பது முக்கிய இடத்தை வகிக்கிறது. சீராகச் செயல்படும் முக்கியமான திறனைக் கொண்டு பெற்றோர் தங்கள் குழந்தைகளையும், குடும்பத்தினரையும் சீராக நடத்தி விதிமுறைகளைத் தாங்களே உருவாக்கிக் கொள்ளலாம். நம்முடைய வலிமைகளையும், தாலந்துகளையும் புரிந்துக்கொண்ட பிறகு அதற்கேற்ற வகையில் நம்முடைய வாழ்வில் அவற்றைப் பயிற்சி செய்து கொள்ள வேண்டும். . ஆனால் வளர்ந்து வரும் நம் குழந்தைகளின் தேவைகளை உடனுக்குடன் தெரிந்து ஈடுகொடுக்க முயற்சி செய்தால் மகிழ்ச்சியான ஒரு மாற்றத்தை நாம் கண்டு கொள்ளலாம்.

ராகுல், மெர்சி என்பவர்களுக்கு மூன்று குழந்தைகள். இவர்கள் இருவரும் வேலைக்குச் செல்பவர்கள். ராகுல், வீட்டில் பொருட்கள் ஒழுங்கற்றதாய், அலங்கோலமாக இருப்பதை விரும்பாதவர். கண்டிக்கக் கூடியவர். மெர்சி, ராகுலுக்கு எதிர்மறையானவர். வீட்டில் பொருட்கள் சீரற்றதாய், ஒழுங்கற்றதாய் இருந்தாலும் அதைப்பற்றி அவள் பொருட்படுத்-

தாமல், தன் வேலைகளை மட்டும் கவனித்து வந்தாள். இதே பழக்கத்தைத்தான் அவளுடைய மூன்று பிள்ளைகளும் பழகி வந்தனர். வலிமைகளைக் கண்டறிதல் பண்புகளில் முதல் முக்கிய ஐந்து பண்புகளில் ராகுல், மெர்சி இருவருமே எதிர்கால நோக்குடையவர், எண்ணங்களை பரிமாறிக் கொள்பவர் என்ற சிறப்புப் பண்புகளைப் பொதுவாகக் கொண்டிருந்தனர். மெர்சியின் முதல் முக்கியப் பண்பு தனித்துவமாதல். ராகுலின் முக்கியப் பண்பு ஒழுங்குபடுத்துபவர். இப்பொழுது இருவரும் தங்களுடைய பண்புகளையும், திறமைகளையும் புரிந்துகொண்டனர். அதற்கு நேராகத் தங்களது கவனத்தைச் செலுத்தி இருவரும் சேர்ந்து, ஒழுங்கற்ற நிலையில் வீடு காணப்படும்போது, உடனுக்குடன் அவைகளைச் சரி செய்யும்படி தாங்களும் குழந்தைகளும் செயல்பட தீர்மானித்துக் கொண்டனர். முடிவில் இருவரும் தங்களின் திறமைகளையும், வலிமைகளையும் கண்டறிந்து செயல்பட்ட காரணத்தால் மகிழ்ச்சியுடன் வாழத் தொடங்கினர். வீட்டின் பொருட்களைச் சீரமைப்பது இப்போது எல்லா அங்கத்தினருடைய பொறுப்பாகவும், கடமையாகவும் மாறியது. எனவே பெற்றோர் மட்டுமின்றி, குடும்பத்தினரும் குழுவாகச் சேர்ந்து செயல்படுவது மிக முக்கியமானது.

இணைந்து செயல்படும் பெற்றோருக்கு மிகப்பெரிய வலிமை உண்டு

அநேக பெற்றோரைப் போல ராகுலும், மெர்சியும் மிக்க திறன் படைத்தவர்கள் தான். ஆனாலும் கணவனின் திறமையை விட மனைவியின் திறன் வேறுபட்டும் மிக அதிகமாகவும் இருந்திருக்கலாம். ஆனால் இணைந்து செயல்படத் திட்டமிடும்போது வேறுபாடான திறன்கள் இணைந்து மிக வலுவான திறன்களாக மாறும். அதாவது முக்கியத் திறனை மற்றவர்களுடன் இணைந்து செயல்படுத்தும் ஒரு சூழலை உருவாக்கும்போதுதான் குடும்பங்களில் வலுவான ஒரு அமைப்பு உருவாகிறது.

குடும்பங்களில் எழும் ஒரு கடினமான சூழல் என்னவென்றால் திடீரென முடிவு செய்ய வேண்டிய ஒரு அவசரச் சூழலாகும். ஆனால் இணைந்து செயல்படும் போது கணவன், மனைவி என்ற நிலையைத் தாண்டி நமது தாலந்து கைகொடுக்கும். கணவன் மனைவிக்கிடையே காணப்படும் வேறுபாடுகள், குறைபாடுகள் நீங்கி ஒருங்கிணைந்து செயல்பட தாலந்துகள் துணைபுரியும். பெற்றோர்கள் சிறப்பான முறையில் இணைந்து செயலாற்றும் வகையில் அவர்கள் திறனை முன் வைத்துச் செயல்படும் செயல்களின் எட்டு விதமான பண்புகள் கீழே தரப்பட்டுள்ளன.

1. மற்றவர்களின் திறனைப் பாராட்டுதல்

நம்மில் ஒவ்வொருவருக்கும் பலவீன குணங்களும் கவனிக்கத் தவறிய சில காரியங்களும் இணைந்து நாம் சென்றடைய வேண்டிய குறிக்கோளை அடைய விடாமல் தடுத்து நிறுத்துகின்றன. இதனை எதிர்கொள்ளும் வகையில் நாம் பலவீனமாக இருக்கும் தருணங்களில் நம்மை விட வலிமையானவரோடு இணைந்து செயலாற்ற வேண்டும்.

2. பொதுவான பணித்தளமாக மாறுதல்

பெற்றோர்கள் குழந்தைகளை வளர்க்கும் பணியில் தோல்வியுறக் காரணமாக இருப்பது அவர்களிடையே காணப்படும் வித்தியாசமான திட்டங்களும், கருத்துக்களுமேயாகும். குழந்தைகளை வழிநடத்துவது மட்டுமே பெற்றோருடைய குறிக்கோளாக இருந்தால் சில தியாகங்களையும் பெற்றோர் செய்ய வேண்டிய சூழ்நிலை ஏற்படும்.

3. நேர்மை

கணவன் மனைவிக்கிடையேயான நேர்மையான உறவுகள், அடிப்படை எண்ணங்கள், முயற்சி செய்தல் போன்றவை இல்லற வாழ்விற்கு அடிப்படையான தேவைகள்.

4. நம்பிக்கை

மற்றவர்களுடன் இணைந்து செயல்படும் சில நேரங்களில் நெருக்கடியான சூழல்கள் வருவது போன்ற ஒரு நிலை ஏற்பட்டாலும் கணவனோ அல்லது மனைவியோ நம்பிக்கையுடன் செய்வார்கள் என்பதைக் கருத்திற்கொண்டு செயல்படவேண்டும். நம்பிக்கை இல்லையெனில் தனித்துச் செயல்படுவது எளிது.

5. ஏற்றுக்கொள்ளுதல்

கணவன், மனைவி இவர்களுக்கிடையேயான தனித்தன்மை வித்தியாசமாக இருப்பதன் காரணமாக பல வேளைகளில் உரசல் ஏற்பட வாய்ப்பு உள்ளது. இதன் காரணமாக கருத்து வேறுபாடுகள், பிரிவு உணர்வுகள், முரண்பாடுகள் ஏற்படுகிறது. இவற்றை மனதில் கொண்டு ஒருவரையொருவர் ஏற்றுக்கொள்ளத் தெரிந்துக் கொள்ளவேண்டும்.

6. மன்னித்தல்

மனிதர் யாவரும் குறை உள்ளவர்கள். தினந்தோறும் தவறுகள் இழைக்கின்றோம். சில சமயங்களில் தவறான காரியங்களைச் செய்கின்றோம். மன்னிக்கும் குணம் நம்மில் இல்லாவிட்டால், தவறான புரிந்துக்கொள்ளுதல் உருவாகி நாம் முன்னோக்கிச் செல்வது கடினமாக அமைந்துவிடும். நம்மில் தவறான எண்ணங்கள் குடியிருந்தால் தவறான கணிப்பு, தொடர்புகள் துண்டிக்கப்படுதல் போன்றவை ஏற்படக்கூடும். மன்னிப்பு இல்லாமல் தீர்வு காணமுடியாது.

7. தொடர்பு கொள்ளுதல்

திருமணமான ஆரம்ப நாட்களில், தவறான கருத்துக்களைத் தவிர்க்கும் முறையில் பேசிப் பழகுதல் தவறான புரிதலிலிருந்தும், தவறான உறவு முறைகளிலிருந்தும் பாதுகாக்கிறது.

8. சுயநலமின்மை

ஒரு சிறந்த செயல்பாடுகளில் செயல்படும் நம்முடைய பங்குதாரர் வெற்றி பெற வேண்டும் என்ற எண்ணம் நம்மில் இருப்பது இயல்பு. இவ்விதமான எண்ணங்களைக் கொண்ட தாய், தந்தை, கணவன், மனைவி போன்றோர் வாழ்வில் முன்னிலையை வகிப்பர் என்பதற்கு ஐயம் இல்லை.

பெற்றோர்கள் நூற்றுக்கணக்கான வழிமுறைகளைப் பயன்படுத்தி தங்கள் குழந்தைகளை வளர்க்கின்றனர். கணவனை இழந்த மனைவி, மனைவியை இழந்த கணவன் இவர்கள் தங்களின் நண்பர்கள், தாத்தா, பாட்டி, அயலகத்தாரோடு இணைந்து செயல்படலாம். சில நேரங்களில் பெற்றோர்கள் இருந்தாலும் பணி காரணமாக அயலூருக்குப் பயணம் செய்பவர்கள், இராணுவப் பணியில் ஈடுபடுபவர்கள், காலை, இரவு என வேலை செய்யும் தாதியர்கள் போன்றவர்கள் வித்தியாசமான நேரங்களில் வீட்டைவிட்டு வெளியேற வேண்டிய நிலை இருக்கிறது. ஒரு கணவனோ அல்லது மனைவியோ, தனிமையாகக் குழந்தைகளைக் கவனிப்பதாக சில நேரங்களில் எண்ணக்கூடும். இந்நிலையை எதிர்கொள்ள ஒரு ஆசிரியர் அல்லது நண்பர்களுடைய ஆலோசனை மிக முக்கியம். எல்லாப் பெற்றோர்களும் தங்கள் குழந்தைகளிடம் நிறைவான ஈடுபாடு கொண்டு, குழந்தைகளைச் சந்தோஷமாகவும்,

ஆரோக்கியமாகவும் வளர்த்து, நிறைவான வாழ்வை உருவாக்கும் பெரியோர்களாக உருவாகமுடியும். இதுதான் பெற்றோர்களுக்கும் குழந்தைகளுக்கும் இடையேயான உண்மையான பங்கு.

உங்கள் குழந்தைகளின் திறனைப் புரிந்துகொள்ளுதல்

பெற்றோர்கள், தங்களுக்கென ஒரு குழந்தை பிறக்கப் போகிறது என்ற தருணத்தில், குழந்தைக்கென்று உணவு, தொட்டில், துணிகள் போன்றவற்றை ஆயத்தம் செய்து,எதிர்பார்ப்புகளோடு காத்திருப்பது வழக்கம். பெற்றோர்கள் தங்கள் குழந்தையை அதிகமாக நேசிப்பதாலும், அக்குழந்தையைப் பாதுகாக்க நினைப்பதாலும், குழந்தையின் எதிர்காலமானது அவன் வளர்க்கப்படுகின்ற சூழலைப்பொறுத்துத்தான் அமைகிறது என்று பெற்றோர்கள் அறிந்திருக்கிறபடியினாலும் இவ்வண்ணமான காரியங்களைச் செய்யத் தோன்றுகிறது.

பொதுவாக அன்பான குடும்பத்தில் பிறந்த குழந்தைகள் இயல்பாகவே அன்புடனும், பாசத்துடனும் வளர்க்கப்படுகிறார்கள். பிள்ளைகள் நன்றாக வளர்வதும் முன்னேற்றமடைவதும் பெற்றோரையும் குடும்பத்தையும் சார்ந்ததே. சில குடும்பங்களில் பிள்ளைகள் கற்பனை செய்து பார்க்க முடியாத அளவுக்கு மட்டமான தரத்தில் வளர்க்கப்படுகின்றனர். நகர்ப்புறங்களில் வாழ்கின்ற குழந்தைகள் எந்தவிதத் கஷ்டமுமின்றி வளர்க்கப்படுகின்றனர். பொதுவாக எல்லாப் பெற்றோர்களுமே தங்கள் குழந்தைகள் மிகச் சிறந்தவர்களாக வாழ்வதையே விரும்புகின்றனர். சுற்றுச்சூழல் எவ்விதம் அமைந்திருந்தாலும், செல்வம் இருந்தாலும் இல்லாவிட்டாலும் குழந்தைகளுக்கு அவர்களின் திறன், தாலந்துகளை வெளிக்கொண்டு வர வாய்ப்பு தரும்போது அவர்கள் மகிழ்ச்சியுடனும், மன நிறைவுடனும் வளர ஆரம்பிக்கின்றனர். பள்ளியில் பணிபுரியும் ஆசிரியர்களும் சிறு வயதிலிருந்தே குழந்தைகளின் தாலந்துகளைக் கண்டறிந்து அக்குழந்தைகளின் சிறப்பான தனித்தன்மையை முக்கியப்படுத்தி அவர்களின் எதிர்காலத்தைக் கருத்திற்கொண்டு செயல்பட வேண்டும். ஆசிரியர்கள் தான் பெற்றோர்களைக் காட்டிலும் குழந்தைகளை வித்தியாசமான முறைகளில் வடிவமைக்க முடியும். பெற்றோர்களால் கவனிக்க இயலாத காரியங்களை ஆசிரியர்கள் கவனித்து, குழந்தைகளின் தனித் திறமைகளைக் கண்டறியவும் அவற்றை விருத்தியடையச் செய்யவும் இயலும். ஆகவே ஆசிரியர்களிடம் குழந்தைகளிடம் உள்ள வலிமைகளையும் குறைபாடுகளையும் கேட்டறிந்து கவனியுங்கள்.

உங்கள் குழந்தைகளின் தாலந்துகள்

நாம் பிறக்கும்போது சில தாலந்துகளுடன் பிறக்கிறோம். அந்த தாலந்துகளை வளர்ச்சியடையச் செய்வதற்கு, முதலில் அவைகள் என்ன என்பதை நாம் அறிந்து கொள்ள வேண்டும். பெற்றோர்கள் எப்படித் தங்கள் குழந்தைகளின் இயல்பான தாலந்துகளைக் கண்டறிய இயலும்?

மிகச் சிறிய குழந்தையாக இருந்தாலும் அவர்களிடம் சில ஆதிக்க உணர்வுகள் தோன்றுவதை நாம் காண இயலும். சில சமயங்களில் குழந்தைகள் வெகு சீக்கிரத்தில் புதிய நண்பர்களை உருவாக்கிக்கொள்வதை, போட்டி மனப்பான்மையுடன் செயல்படுவதை நாம் கவனித்திருப்போம். இதே குணங்கள் அவர்களுடைய எதிர்கால வலிமைகளாக உருவாக முடியும். குழந்தைகளின் தாலந்துகளை கீழ்காணும் நான்கு தலைப்புகளின் கீழ் நாம் கண்டறிய முடியும்.

1. ஆர்வம்

உங்களுடைய குழந்தை ஒரே செயல்பாட்டில் திரும்பத் திரும்ப ஆர்வத்துடன் ஈடுபடுவதை அறிந்து கொள்ளுதல்.

2. விரைவாகக் கற்றுக் கொள்ளுதல்

உங்கள் குழந்தை ஒரு புதிய திறமையை கற்றுக்கொள்ளுதல் அல்லது புதிய அறிவை விரைவாக சம்பாதித்துக் கொள்ளுதல்

3. திருப்தி

குழந்தைகளின் தாலந்துகள், சவால்கள் இவற்றினைத் தானாகவே எதிர்கொள்ளும் தானியங்கி சக்தியை உருவாக்கி மனதளவில் நிறைவு பெறுதல்.

4. போதுமான சமயம் இல்லாமை

குழந்தைகள் ஈடுபடும் செயல்களில், நேரம் ஆகிக கொண்டிருப்பதை அறியாமல் தொடர்ந்து ஈடுபட்டுக் கொண்டிருக்கும் ஒரு நிலை.

இவ்விதமாக தகவல்களை அறிந்து கொண்டு மேற்கூறிய செயல்பாடுகளில் ஈடுபடுவதை நாம் உணர்வோமென்றால் வெற்றி நமதாகிவிடும்.

குழந்தைகளின் தாலந்துகளையும் திறன்களையும் கண்டறியும் விதம்

உங்கள் குழந்தைகளின் தாலந்துகளைப் புரிந்துகொள்ள ஒரு சிறந்த வழி உங்கள் தாலந்துகளை முதலில் நீங்கள் புரிந்துகொள்வதாகும். அவ்வாறு உங்கள் வலிமை மற்றும் தாலந்துகளைத் தெரிந்து கொள்ளும்போது, அது உங்கள் குழந்தைகளின் திறன்களையும், தாலந்துகளையும் புரிந்துகொள்ளும் விழிப்புணர்வை அதிகரிக்கும்.

உங்கள் குழந்தைகளின் தாலந்துகள் உங்களுடைய தாலந்துகளைப் போல் இருக்காது

பெற்றோராகிய நாம் நினைவிற்கொள்ள வேண்டியது, நாம் ஆர்வத்தோடு ஈடுபடும் ஒவ்வொரு செயல்பாட்டிலும் நம்முடைய திறமைகளைப் போன்று, நம்முடைய குழந்தைகளின் திறமைகள் இருக்காது. நம்முடைய குழந்தைகளோ அல்லது பேரக்குழந்தைகளோ நம்மைப் போல இருக்கலாம். நாம் செய்கின்ற செயல்களைப் போலச் செய்யலாம். நாம் நம்முடைய திறமைகளை அவர்களிடம் பகிர்ந்து கொள்ளலாம். சில சந்தர்ப்பங்களில் நம்முடைய குழந்தைகளிடம் உள்ள திறமைகள் எந்தெந்த செயல்களில் அவர்களை எவ்வாறு வழிநடத்துகிறது, ஊக்குவிக்கிறது என்பதை அறிந்து கொள்ளலாம். சில பெற்றோர்கள் தங்கள் குழந்தைகளை குறிப்பிட்ட செயல்களில் ஈடுபடுத்துவதுண்டு. குழந்தைகளுக்கு பொருத்தமான, வித்தியாசமான அவர்கள் விரும்புகின்ற செயல்களை முயற்சி செய்து பார்க்க அனுமதிக்க வேண்டும். இவ்வாறு நம்முடைய குழந்தைகளை வித்தியாசமான அனுபவங்களுக்கு உட்படுத்தி அவர்கள் வெற்றிக்கான சிறந்த வழியைக் கண்டுபிடித்து உதவி செய்ய வேண்டும்.

இவ்வாறு நம்முடைய குழந்தைகளை வித்தியாசமான அனுபவங்களுக்கு உட்படுத்தி அவர்கள் வெற்றிக்கான சிறந்த வழியைக் கண்டுபிடித்து உதவி செய்ய வேண்டும். நம்முடைய குழந்தைகள் ஈடுபடுகின்ற செயல்களிலிருந்து மாறும்போது, என்ன நடந்து கொண்டிருக்கிறது என்பதைக் கவனித்து, அவர்கள் அச்செயலிலிருந்து விடுபடுவதற்கு முன்னமே அச்செயல்களிலிருந்து மாறிச் செல்வதற்கு காரணம் என்ன என்பதைப் பற்றி சிந்திக்க வேண்டும். குழந்தைகள் திறமையாகக் கற்றுக்கொள்வதற்கு, நன்றாகச் செயல்படுவதற்கு பயிற்சிகள் தேவைப்படுகிறது. நம்முடைய குழந்தை செய்கின்ற செயல்களில் ஆர்வமின்-

மையோ, முன்னேற்றமின்மையோ, விருப்பமின்மையோ காணப்பட்டால் அதற்கென ஒரு காரணம் உண்டு. இதைத்தான் வலிமைகளை அடிப்படையாகக் கொண்ட வளர்ப்பு முறைகள் வலியுறுத்துகின்றன. நம்முடைய திறமைகள், நம்முடைய குழந்தைகளின் திறமைகளை அவர்கள் வளர்ச்சிக்காக பயன்படுத்தக் கற்றுக்கொடுக்க உதவுகிறது.

ஒரு கற்பனைக் கதை

பள்ளிகளைத் தேர்ந்தெடுக்கும் போது, குழந்தைகளைக் கவனிக்கும் திறன் வாய்ந்த, அவர்களை வரும் எதிர்கால மனிதர்களாய் காணும் ஆசிரியர்கள் இருக்கும் பள்ளிகளைத் தேர்வு செய்வதே அடிப்படையானது. உதாரணமாக ஒரு கற்பனைக் கதையை உங்களுக்குச் சொல்ல விரும்புகிறேன்.

ஒரு அழகான புல்வெளி. வாத்து, அணில், முயல், மீன் போன்ற விலங்குகள் தங்களுக்கென ஒரு பள்ளிக்கூடம் வேண்டுமென தீர்மானித்தன. அதனால் நன்கு வளர்ச்சியடைந்த விலங்குகளின் உதவியோடு ஒரு பள்ளிக்கூடத்தைக் கட்டின. தங்களுக்கென பாடத்திட்டத்தை உருவாக்கி, ஓடுதல், நீந்துதல், குதித்தல், மரம் ஏறுதல், பறத்தல் ஆகிய வகுப்புகளை நடத்த தீர்மானித்தன.

முதல் நாள் வகுப்பில், முயல் காதுகளைச் சீவிக்கொண்டு, தாவிக் குதித்து ஓடி வந்தது. அன்று முயல் தான் அங்கு சிறந்த வீரர். முயல் மலைக்குன்றின் உச்சியின் மேல் ஓடியது. தன்னால் இயன்ற வரைக்கும் முயற்சி செய்து ஓடியது. இது நன்றாக இருக்கிறது என்று தனக்குள்ளே கூறிக்கொண்டது. பள்ளியில் என்னால் எதைச் சிறப்பாக செய்ய முடியுமோ அதைச்செய்ய எனக்கு வாய்ப்பு இருக்கிறது. இதை என்னால் நம்ப முடியவில்லை என்று எண்ணியது. ஆசிரியர் முயலைப் பார்த்து உனக்கு ஓடுவதற்குத் திறமை இருக்கிறது. உனது நிமிர்ந்த கால்களில் வலுவான தசைகள் உள்ளன. கொஞ்சம் பயிற்சி எடுத்தால், இன்னும் அதிகமாக தாவிக் குதிக்க, ஓட, கற்றுக்கொள்ளலாம் எனக் கூறினார். முயலுக்கு பள்ளி பிடித்திருந்ததாலும், விருப்பமான செயல்களைச் செய்ய வாய்ப்பு இருந்ததாலும் பயிற்சியெடுத்து இன்னும் சிறப்பாக தாவி, ஓடக் கற்றுக்கொண்டது.

அடுத்த வகுப்பு நீந்துதல். 'பொறுங்கள், முயல்களுக்கு நீந்துவது பிடிக்காது. ஆகவே நான் இருக்கத் தேவையில்லை' என்றது முயல். அதற்கு ஆசிரியர், உனக்கு வேண்டுமானால் இப்போது பிடிக்காமல் போகலாம். ஆனால் 5 வருடங்களுக்குப் பிறகு இது உனக்கு நல்லதாகத் தோன்றும் என்று கூறினார். அது உண்மையல்ல என முயல் உறுதியாக இருந்ததால் நீந்த விரும்பவில்லை.

அடுத்த வகுப்பு மரம் ஏறுதல். அணில், வாத்து, முயல், மீன் இவை அனைத்தும் பங்கேற்றன. முயல் எவ்வளவோ கடினமாக முயற்சித்தும் வெகுதூரம் செல்ல இயலவில்லை. ஆனால் மற்ற விலங்குகளை விட சிறப்பாகச் செய்தது.

அதனால் மரம் ஏறுதலில் முயல் அணிலை விட குறைவாகச் செய்ததாக கருதப்பட்டது. துள்ளுதல் வகுப்பிலும் முயல் நன்றாகவே முயற்சி செய்தது. ஆனால் பறக்கும் வகுப்பில் அதற்குப் பிரச்சனை இருந்தது. ஆசிரியர் முயலிடம், உனக்கு தேவையானால் போதிய அளவு கடினமாக உழைத்துக் பறக்க கற்றுக்கொள்ளலாம் என்று கூறினார். இவ்விதமாக மீனுக்கு ஓடுவதிலும், அணில் மற்றும் முயலுக்கு நீந்துவதிலும் பறப்பதிலும் பிரச்சனை இருந்தது. மரம் ஏறுவதில் அணில் மிகச் சிறப்பாக இருந்தது. வாத்துக்கு ஓடுவதில் தாமதம்.

அதனால் வெற்றி பெறுவதற்காக தனது சிறகுகளைப் பயன்படுத்த ஆரம்பித்தது. ஓடும்போது சிறகுகளை பயன்படுத்தக்கூடாது என வாத்துக்கு அறிவுறுத்தப்பட்டது. இதனால் வாத்து சிரமமடைந்தது. ஓடும்போது, 'குவா, குவா' என கத்த ஆரம்பித்தது. மரம் ஏறுதலில் முயலுடன் பங்கேற்றபோது, வாத்தின் மென்மையான பாதங்கள் காயமடைந்தன. நான்காவது வாரம் முயல் ஓடுவதில் நன்கு பயிற்சி பெற்று திறமைசாலியாய் இருந்தது. ஆசிரியர் முயலின் திறமையைப் புரிந்து கொண்டார். இன்னும் மிகச்சிறப்பான செயலை எதிர்பார்ப்பதாக முயலிடம் கூறினார்.

நீந்துதல் வகுப்பில் முயல் பின் தங்கியதை அறிந்த கண்காணிப்பாளர் எல்லா விலங்குகளையும் தண்ணீரில் குதிக்கக் கூறினார். அதற்கு முயல், 'பொறுங்கள், நான் என் பெற்றோரிடம் பேசியபோது, அவர்கள் நீச்சல் கற்கவில்லை' என்று கூறினார்கள். பொதுவாக முயல்களுக்கு தண்ணீரில் நனைவது பிடிக்காது. ஆகவே நான் இந்த வகுப்பைப் புறக்கணிக்கப் போகிறேன் என்றது. ஆசிரியர் நீ வகுப்பைப் புறக்கணிக்க முடியாது. ஆகவே தண்ணீரில் குதி (அல்லது) நில் என கூற, முயல் தண்ணீரில் குதித்தது. நீச்சல் தெரியாதபடியால் தண்ணீரில் மூழ்கியது. கண்காணிப்பாளர் முயலைப் பிடித்து வெளியே இழுத்தார். இப்போது முயல், வாலில்லாத எலியைப் போல் தோற்றமளித்தது. எல்லோரும் முயலைப் பார்த்துச் சிரித்தனர். முயல் வீட்டிற்குச் சென்று தன் பெற்றோரிடம் இனி பள்ளிக்குப்போகமாட்டேன். நான் சுதந்திரமாக வாழப்போகிறேன் என்றது. அன்றிரவு முயலால் சரியாகத் தூங்க முடியவில்லை. அடுத்த நாள் சிரமத்துடன் முயல் பள்ளிக்குச் சென்றது. பள்ளி ஆலோசகரிடம், தான் பள்ளிக்கு வர விரும்பவில்லை என்றும் நீச்சல் வகுப்பில் பங்கெடுக்க விருப்பமில்லை என்றும் கூறியது. அதற்கு ஆலோசகர், உனக்குப் பள்ளி பிடிக்காமல் இருக்கலாம். ஏனென்றால் உனக்கு நீச்சலில் விருப்பமில்லை. ஆனால் ஓடுவதில் வல்லவன். அதுபோல நீச்சலிலும் சிறந்து விளங்க நீ தொடர்ந்து பயிற்சிப் பெற வேண்டும். அதற்காக இரண்டு வகுப்புகளை உனக்கு ஆயத்தம் செய் என்றார். இதனைக் கேட்ட முயல் அங்கிருந்து வெளியேறியது.

இக்கதையின் விளக்கம் என்னவெனில், நமது திறமைக்கேற்ற செயல்களைச் செய்தால் வெற்றியடையலாம். நமது திறமைகளுக்கு அப்பாற்பட்ட செயல்களை நாம் செய்ய முற்பட்டால், எவ்வளவு பயிற்சிகளை மேற்கொண்டாலும் அவற்றில் பின்தங்கியே காணப்படுவோம்.

14

குழந்தைகளின் குறைகளை நிறைவுப்படுத்தலாம்

அமெரிக்கக் கூடைப்பந்து பயிற்சியாளர் ஜான் உடன் (1910- 2010) என்பவர் 'உன்னால் இயலாதவைகளைக் கொண்டு இயலுபவற்றைத் தடைசெய்ய அனுமதியாதே. இயல்பாக வெற்றிக்கு எதிராகத் தோல்வியும், நன்மைக்கு எதிராகத் தீமையும் செயல்பட்டுக் கொண்டிருக்கிறது. இது உண்மையல்ல. நாம் ஏமாற்றப்பட்டு, இதைப் பலவேளைகளில் நம்பி விடுகிறோம். தவறு எங்கு நடந்தது என தேடி ஆராய்ந்து, அதைச் சரி செய்ய முன்வருகிறோம். ஆனால் அந்தத் தோல்வியை வெற்றியாக மாற்ற முடியும்' என்று குறிப்பிடுகின்றார். பிரிந்துபோன குடும்பங்களை எப்படி பலமுள்ள குடும்பங்களாக இணைப்பது என யாரும் எண்ணுவது இல்லை. போதைப்பொருளுக்கு அடிமையாகும் இளைஞர்கள், எவ்வாறு சில இளைஞர்கள் போதைப் பொருளுக்கு அடிமையாகாமல் இருக்கின்றனர் என்பதைப் புரிந்து கொள்வதில்லை. உதாரணமாக, குழந்தைகளை எடுத்துக் கொண்டால், கணிதபாடத்தில் தொடர்ந்து தோல்வி அடைகிற ஒரு பள்ளி மாணவன், தன்னுடன் பயிலும் சில மாணவர் ஏன் கணிதத்தில் முதல் மதிப்பெண்களை பெற்றுக்கொள்கின்றனர் என்று எண்ணிப் பார்ப்பதில்லை.

ஜான் உடன் இவரின் தகப்பனார் டாண் கிளிப்டன் தனது புத்தகத்தில் 'உன் வலிமையினால் பறந்து உயரு' என்னும் கருத்தை வலியுறுத்தி எழுதியுள்ளார். இக்கருத்தின் விளக்கமாவது : ஒரு மனிதனின் திறன் படைத்த ஞானத்தை அல்ல. வலிமை பலவீனத்திற்கு எதிர்மறை அல்ல. உன்னுடைய பலவீனங்களை வலிமையாக மாற்ற உன்னால் முடியவில்லை. உன் தோல்வியை வெற்றியாக மாற்ற முடியாது என்பதல்ல. இருப்பினும் தங்கள் குறைகளை (அல்லது) தோல்விகளை மேற்கொண்டு அதைச் சரிசெய்வது எப்படி என முயற்சித்தே தங்கள் வாழ்நாட்களைக் கடத்தி விடுகின்றனர். எந்த அளவிற்கு கடினமாக உழைத்தாலும், செயல்பட்டாலும் முழுமையான வெற்றியைப் பெறுவது கடினம். எனவே தோல்வியைச் சரிசெய்வதோடு, தாலந்தை மேம்படுத்த உன்னிப்பாய்ச செயல்பட்டால் அதிக பலன் கிடைக்கும்.

ஒரு நாளில் எத்தனை சந்தர்ப்பங்களில் உன் குழந்தையின் தாலந்துகளை மேம்படுத்த முயற்சி செய்கிறாய் அல்லது எந்தெந்த நேரங்களில் தோல்வியை நோக்குவதில் ஈடுபடுகின்-

றாய் என்பன கேள்விகளாகும்.

உதாரணமாக ரீட்டா என்ற பெண்மணி மனை விற்பனைத் தொழிலில் திறமையாக ஈடுபட்டு வந்தாள். இவளுடைய உத்தரவாளர், சுய உத்தரவாதம் போன்ற வலிமைகள் பயனுள்ளதாக இருந்தன. இவர் குறிப்பிடுவது என்னவெனில் என் திறமையை முழுமையாகப் பயன்படுத்துவதால் மாத்திரமே நான் வெற்றி அடைந்து கொண்டிருக்கிறேன். நான் சிறுமியாக இருந்தபோது எல்லோரும் என்னை இவள் ஒரு தலைவி, இவள் ஒரு மேற்பார்வையாளர், இவள் சொல்வதைத் தான் நாங்கள் கேட்க வேண்டும் என்றெல்லாம் கூறுவார். 1960-ம் ஆண்டு வளர்ந்து வரும் அப்பருவ நாட்களில் நான் ஒரு ஆணாக இருந்திருந்தால் எவ்வளவு பெரிய சாதனைகளைச் செய்திருக்க இயலும் என்று எனக்குள் எண்ணிக் கொண்டேன். எல்லோரும் என்னில் ஒரு தலைமைப் பண்பு இருப்பதைப் புரிந்து கொண்டனர். சிலர் என்னிடம் என் பண்புக்கு ஒத்துப்போகக்கூடிய கணவர் கிடைப்பது அரிது. ஆகவே நீ உன்னை மாற்றிக்கொள்ள வேண்டும் என்று ஆலோசனை கூறினர் என்று தன் அனுபவங்களைப் பகிர்ந்து கொள்கிறாள். ரீட்டாவினுடைய இந்த அனுபவங்கள் இயல்பானதே.

நடைமுறையில், இயல்பாகவே பெற்றோர்கள் குழந்தைகள் சரியாகச் செய்வதைக் கருத்தில் கொள்ளாமல் அவர்கள் செய்யும் தவறுகளையே கருத்திற்கொண்டு செயல்படுகிறார்கள். அமெரிக்க ஐக்கிய அரபு நாட்டினர், குழந்தைகளின் பலவீனங்களை அறிவதன் மூலம் அவர்களை முன்னேற்றப் பாதையில் (அல்லது) வெற்றியை நோக்கி நடத்த முடியும் எனக் கருதுகின்றனர். 77% பெற்றோர்கள், குழந்தைகள் குறைவான மதிப்பெண் பெறும்போது. அதிக மதிப்பெண்கள் பெறுவதற்காக, அதிக கவனத்தையும், அதிக நேரத்தையும் குழந்தைகளுக்காகச் செலவழிக்கின்றனர். இதனை 'பற்றாக்குறை அடிப்படையிலான வளர்ப்பு முறை' என்றே அழைக்கலாம். இம்மாதிரியான முறையைப் பயன்படுத்தும் பெற்றோர்கள், குழந்தைகளின் குறைகளை மட்டும் கருத்திற்கொண்டு அதிகக் கவனத்துடன் அதைச் சரிசெய்ய முயற்சிக்கின்றனர். இவ்வடிப்படையிலான திட்டங்கள், அவர்கள் தவிர்க்க வேண்டியதான சில பின்விளைவுகளை ஏற்படுத்தியுள்ளது. இக்குழந்தைகள் வாழ்வில் முன்னேற்றப் பாதைக்கான எதையுமே செய்ய இயலாதவர்களாக மாற்றப்பட்டனர் என்பது வியப்புக்குரிய விஷயம்.

சில வருடங்களுக்கு முன்பாக 18 வயது முதல் 28 வயது வரையுள்ள இளைஞர்களுடன் நடத்திய நேர்முகக் காணலில் அறிவுறுத்தப்பட்டது என்னவென்றால் இளைஞர்கள் தங்களுக்குரிய குறைகளை அறிந்துள்ளார்கள். இருப்பினும் தங்கள் நிறைவின் வலிமையை அறிந்து கொள்ளாததால் வாழ்வின் முன்னேற்றத்திற்காக, தங்களால் இயலும் என்ற வலிமையைத் தெரிந்து, முன்னேற்றப் பாதைக்கு நேராக அடியெடுத்து வைக்காமல் தவறான பாதையைத் தேர்ந்தெடுத்துள்ளனர். ஒரு குழந்தை தன்னுடைய வலிமையைத் தெரிந்து கொண்டால், அதற்கு நேராக நடைபோட வேண்டிய கடினம் அக்குழந்தைக்கு இருக்காது. அக்குழந்தை தன்னுடைய குறைகளை மட்டும் சரியான நிலைமையில் பக்குவமாய் செயல்படுத்தத் தெரிந்து கொள்ள வேண்டும். அது அக்குழந்தைக்கு தடுப்புச்சுவராய் இருத்தல் கூடாது. பெலவீனம் அக்குழந்தையை முன்னேற விடாமல் தடுத்து நிறுத்திவிடும். நாம் வளரும் பருவத்தில் பெரியோர்கள் நம் குறைகளை மட்டுமே வலியுறுத்திக் காட்டுவர் என்பது ஒத்துக்கொள்ள வேண்டிய ஒன்றாகும். மாறாக நமது இயல்பான தாலந்துகளை ஊக்குவித்து இருந்தால் சிறப்பாய் இருந்திருக்கும்.

தாலந்துகள் என்பது நம் மனதில் எவ்வளவு ஆழத்தில் பதிந்திருக்கிறதோ அதுபோல நம் வலிமையற்ற திறன்களும் பதிந்திருக்கின்றன. தாலந்துகளுக்கு முன்னுரிமை கொடுக்க ஊக்கமளிப்பதால் அசாதாரணத் திறன் உடைய ஒரு குழந்தை சமுதாயத்தில் ஒரு உயர்ந்த நிலையை பின்னால்அடைந்து விடுகிறது. ஒருவேளை நடுத்தரத் திறன் உடைய ஒரு குழந்தை முன்னேற்றப் பாதையில் வந்தடையக்கூடும். குழந்தைகளின் வலு குறைந்த திறன்களை முக்கியப்படுத்தி, ஊக்கமும், ஆர்வமும் செலுத்தத் துணிவது நாம் தோல்வியடையக் கூடிய ஒரு சூழலை உருவாக்கும்.

பலவீன குணங்களை எப்படி எதிர்கொள்வது?

ராபின் என்பவரது வாழ்வில் அவர் 14 வயதுடையவராய் இருக்கும்போது ஒரு பெரிய மாற்றம் ஏற்பட்டது. அவர் 8-ம் வகுப்பு படிக்கும்போது தான் விரும்பிய 'ரால்ப் வாலசூடா எமர்சன்' என்பவரைப்பற்றி ஒரு கவிதை எழுத வேண்டியிருந்தது. கவிதையை எழுதி அதை ஆசிரியரிடம் கொடுத்தபோது அதில் எழுத்துப் பிழைகள் இருந்ததை சிவப்பு மையால் அடிக்கோடிட்டு 'சி' கிரேடு வழங்கி அதை ஆசிரியர் திரும்பக் கொடுக்கிறார். அவனுடைய தாயார் அவரை எதுவுமே கூறவில்லை.

9-வது வகுப்பிலும் இதே எழுத்தாளரைப் பற்றி விவரமாய்ப் படிக்க வேண்டிய சூழ்நிலை ராபின்-க்கு உருவானது. தேர்வு நேரம் நெருங்கிய போது, ராபினுக்கு ஒருவிதமான கலக்கம் ஏற்பட்டது. இந்தத் தேர்வை என்னால் எழுத முடியாது. இந்தத் தேர்விலும் நான் தோல்வியடைந்து விடுவேன். 'சி' கிரேடு தான் பெறுவேன் என்ற பயம் உருவானது. ஆனால் அவர் தாயாரோ உன்னால் முடிந்தவரை நன்றாக எழுது என்று ஊக்கப்படுத்தி அனுப்பினார். இம்முறையும் விடைத்தாளில் ஆசிரியர் திருத்தம் செய்து 'சி' கிரேடு வழங்கி எல்லாமே தவறு என்று சிவப்பு மையால் எழுதி விடைத்தாளை திரும்பக் கொடுக்கிறார்.

அப்போது ராபினின் தாயார் அவனைப் பரிவுடன் நோக்கிக் கூறியது: 'இந்த 14-ஆம் வயதில் நான் உனக்குக் கூறுகிற ஆலோசனை, தொடர்ந்து பள்ளிப் படிப்பை கவனமாக, ஆர்வத்துடன் படித்து, கடினமாக உழைத்து,எல்லாவற்றிலும் சிறந்த மாணவனாகச் செயல்படு. உன்னுடைய பொன்னான வருங்காலம் உன் திறமைக்குத் தக்கதாய் உள்ளது. உனது குறைவான பெலவீனங்களைக் காரணம் காட்டி மனம் தளர்தல் வேண்டாம். நீ உன் வலிமைகளை முதலீடு செய்து, தொடர்ந்து முயற்சி செய்தால் இந்த உலகம் உனக்கு நல்ல பலனைத் தரும். எனவே உன் தோல்விகளின் மேல் கவனத்தைச் செலுத்தாதே' என்பதாக.

அன்று ராபினின் தாயார் கூறிய அறிவுரையின் கருத்து என்னவெனில், 'நம் வலிமைகளைத் தெரிந்து கொண்டு,அதற்கு ஏற்றவாறு நம்மை ஈடுபடுத்திக் கொண்டால் நம் சேவையில் மகிழ்ச்சியைக் கண்டுகொள்ளலாம்.'

இதே கருத்து தான் டேவிட் ஸ்பென்ஸர் என்பவரை ஒரு பெரிய எழுத்தாளராகவும், தேசிய வணிக விளம்பரதாரராகவும் உயர்த்தியது.

நமது குறிக்கோளுக்கு எதிராக வரும் எல்லாத் தோல்விகளையும் நாம் எதிர்கொள்ளவேண்டும். நம் குழந்தைகள் ஏதாவது ஒரு பகுதியில் மிகவும் தோல்வி அடைந்தாலும், அத்தோல்வியின் மேல் கவனம் செலுத்தி, திறன்களைத் திறம்படச் செயலாக்கம் செய்ய வைப்பது நமது பொறுப்பு.

குழந்தைகள் பள்ளியில் எழுதும்போது, அவர்கள் ர்ழுதுவது எதிர்பார்க்கும் தரத்தில் காணப்படாவிட்டால், அவர்களுக்கு எழுத்துக்கள் விளங்கக்கூடிய அளவில் பயிற்சி கொடுத்-தால் மட்டும் போதும். சில சமயங்களில் வாசிப்புத்திறன் குறைவாக இருந்தால், அவர்களுக்கு விருப்பமான புத்தகங்களைத் தேர்ந்தெடுத்து, வாசிக்கத்தக்க நிலையில் ஊக்கப்படுத்த வேண்-டும். குழந்தைகளின் பொருட்கள் ஒழுங்கற்ற அளவில் இருந்தால் அவற்றை ஒழுங்குபடுத்தி பயன்பாட்டுக்குக் கொண்டு வரும் நிலையில் பழக்குவிக்க வேண்டும்.

மேத்யூ என்பவரின் ஒன்பது வயது நிரம்பிய மூத்தமகள் அடிக்கடி பொருட்களைத் தொலைத்துவிடுவாள். குளிர்காலத்திற்குப் பயன்படுத்தும் மேல்கோட்டை பிப்ரவரி மாதம் தொலைத்துவிட்டாள். அவளது பள்ளியில் அவள் 1-ம் வகுப்பிலிருந்து தொலைத்த புத்த-கங்களை அவளுடைய ஆசிரியர்கள் அப்பள்ளி நூலகத்தில் எடுத்து வைப்பது வழக்கமாயி-ருந்தது. ஒருநாள் நீச்சல்குளத்தில் தன் நண்பர்களுடன் சேர்ந்து விளையாடிவிட்டுத் திரும்பி வரும்போது ஒரு ‘காலணி’ மட்டும் அணிந்து வந்தாள். இதற்குக் காரணம் என்ன? அணி-யும் போது அவள் கவனிக்கவில்லையா? அவளுடைய ‘மறதி’ சுபாவத்தை மாற்றுவது என்-பது எளிதான காரியமல்ல. அவள் பள்ளிக்குச் செல்லும் முன் அவள் எடுத்துச் செல்லும் பொருட்களை நினைப்பூட்டி அனுப்பினாலும் பொருட்களைத் தொலைத்துவிடும் பழக்கத்தைச் சரிசெய்ய இயலவில்லை. இது அவரிடம்இயல்பாகவேஅமைந்திருந்த குணம்.

பல் தேய்த்தல், நாய்க்குப் பால் கொடுத்தல், காலைக்கடன்களை ஒழுங்காகச் செய்தல் போன்ற வீட்டுக் கடமைகளை அவள் ஒழுங்காகச் செய்து வந்தாள். ஆனால் அவள் எடுத்-துச் செல்லும் பொருட்களைத் திரும்பக் கொண்டு வர நினைப்பூட்ட வேண்டியதிருந்தது. அவளுடைய தகப்பனார் அவள் செய்ய வேண்டிய செயல்களைப் பட்டியலிட்டு, அதன் மூலமாக அவளைப் பழக்குவித்தபோது அவளில் மாற்றம் உருவானது.

உதாரணமாக, அவளுடைய தகப்பனார் அவள் பள்ளிக்கு செல்லும் பொழுது, ஒரு தாளில் அவள் எடுத்து செல்லும் பொருட்களைப் பட்டியலிட்டு ஒரு தாளில் எழுதி, அதை அவளுடைய புத்தகப்பையோடு சேர்த்து ஒட்டி வைத்து விடுகிறார். அவள் வெளியே சென்று வரும்போது அவள் பொருட்களை அதாவது கோட், காலணி, புத்தகப்பை இவற்றை வைப்-பதற்கான இடத்தை சுவரில் குறித்து பெயர்ப்பட்டியலையும் அந்த இடத்தில் வைத்து விடுகி-றார். பெயர்ப்பட்டியலை எழுதும்போது மகள் தெரிந்துகொள்ளும்படி அவளுக்கு முன்னுரிமை கொடுக்கப்படுகிறது. அவள் அடிக்கடி சென்று வரும் தாத்தா, பாட்டி வீட்டிலும் இம்முறை கையாளப்படுகிறது. இப்பொழுது தன் பொருட்களை இங்கேயும் அங்கேயும் எறிந்து விடாது அவற்றைக் குறிப்பிட்ட பெயர்ப்பட்டியல் உள்ள இடத்தில் முறையாக வைக்கத் தொடங்குகி-றாள்.

இவ்விதமான அடையாளப் பட்டியல் ஒரு மந்திரவாதச் செயல் அல்ல. பொருட்களைத் தவறுதலாய் எறிந்து விடாமல் அதை ஒழுங்குமுறையில் செய்ய மேத்யூ பழக்கப்படுத்திக்-கொண்ட செயல்களை மகள் எளிதில் செய்வதினால் நாளடைவில் அது ஒரு பழக்கமாகி விடுகிறது. எனவே பழக்கமுறையாக ஒழுங்கு முறையில் பொருட்களை வைக்கவும், வைத்த இடத்திலிருந்து அதைத் திரும்ப எடுக்கவும் பழகி விடுகிறாள். இதனால் அவள் பொருட்-களைத் தொலைத்து விடுதல் என்ற தவறிலிருந்து மீண்டுவர முடிகிறது. சிறந்த பண்பாகிய ஒழுங்கு முறைகளைக் கடைபிடிக்கும் பழக்கத்தை தொடர்ச்சியாகச் செய்து வந்ததால் மாற்-

றங்களைக் காண முடிந்தது. இயல்பாக எல்லா பெலவீன சுபாவத்தையும் எதிர்கொள்ள ஒரு தாலந்து அமைவதில்லை. எளிதில் நண்பர்களைப் பெற்றுக்கொள்ளும் சுபாவம் தோல்வி-களை மேற்கொள்ள உதவாது. ஆகவே திறன்களைக் கண்டுபிடிப்பதினால் வெற்றி வாழ்க்-கைக்கு நேராக எளிதில் சென்றடைய முடியும் என கேலப் ஆராய்ச்சி கண்டறிந்துள்ளது.

கோடிக்கணக்கான கிளிப்டனின் வலிமை காணல் ஆய்வுகள், திறன்கள், தாலந்துகள், நேர்முகக் காணல் ஆய்வுகள் போன்றவை நேர்மறையான பண்பாகச் செயல்படுகிறது எனக் கூறப்பட்டுள்ளது.

அமெரிக்கர்களில் பலர், தங்கள் வலிமையைப் பயன்படுத்தி சிறந்த முறையில் செயல்-படும் செயல்களில் ஈடுபடுகின்றனர். வலிமையற்ற குணங்களாகிய நோய், கவலை, மன அழுத்தம், கோபம், துக்கம் இவற்றை முன்னதாகவே அறிந்து கொள்கின்றனர்.

சிறப்பான செயல்களை வெளிக்கொணர, அவர்கள் வலிமையை பயன்படுத்துகின்றனர். வலிமையற்ற தங்கள் குணங்களை வலிவடையச் செய்ய, தாங்கள் விரும்புகிற நேர்மறை மன எழுச்சிகளை (மகிழ்ச்சி அடைதல், சந்தோஷத்துடன் கடமைகளைச் செய்தல்) பயன்படுத்-துகின்றனர். அவ்வாறு செய்யும்பொழுது அவர்களுக்கு அதிக சக்தி, மனவலிமை, சரீரம் சீக்கிரத்தில் இளைப்படையாமல் இருத்தல், மனம்விட்டு சிரித்தல், ஊக்குவித்தல், மரியாதை-யுடன் பிறரை நடத்துதல் போன்ற பழக்கங்கள் ஏற்படுகின்றன.

தங்கள் வலிமைகளை மட்டும் அதிக அளவில் பயன்படுத்தி ஈடுபடும் நபர்களுக்கு, வாழ்-வில் பிறரை விட மூன்று மடங்கு தரமான வாழ்வும், ஐந்து மடங்கு உயர்வான நிலையில் பணியில் ஈடுபடவும் அது உதவுகிறது.

வலிமையை ஆதாரமாகக் கொண்ட வாழ்வின் எதிர்நோக்குகள் மனவலிமையை அதிக-ரிக்கிறது. நம்பிக்கை, இரக்கம், வாழ்வின் திசை போன்றவை சீராக அமைகிறது.

15

பதின்ம வயதினரும், பெற்றோரும்

நேர்மறையான அணுகுமுறை

- எதையும் நம்பிக்கையுடன் தொடங்குங்கள்
- உங்கள் பதின்ம வயதுடைய குழந்தைகளிடம் நீங்கள் அவர்களை நம்புவதாகக் கூறுங்கள். அந்த நம்பிக்கை உடைந்துவிட்டால் உங்கள் பதின்ம வயதுப் பிள்ளைகள் அந்த நம்பிக்கையைத் திரும்பக் கட்டியெழுப்பும் வரை சில சுதந்திரத்தை மாத்திரமே அனுபவிப்பார்கள் என்பதான ஒரு வரையறை வைக்கவேண்டும்.
- **உங்களை உங்கள் குழந்தையின் இடத்தில் வைத்து பாருங்கள்**

அனுதாபத்தை அப்பியாசப்படுத்தி, இது ஒரு இயல்பான அனுபவம் என்பதனை பதின்ம வயதுப் பிள்ளைகள் புரிந்துகொள்ள உதவி செய்யுங்கள். சில சமயங்களில் சிறுவர்கள் போலவும், சில சமயங்களில் வளர்ச்சியடைந்தவர்களைப் போலவும் உணர்வுகள் அவர்களுக்குள் வருவதுண்டு என எடுத்துக்கூறுங்கள்.

உங்கள் பதின்ம வயதுடைய பிள்ளைகளுக்கு எவ்வளவு இடம் தருகிறீர்கள் என்பதை உற்றுக் கவனியுங்கள்

- நான் ஒரு கட்டுப்படுத்தும் பெற்றோரா?
- நான் என் குழந்தை பேசுவதைக் கேட்கிறேனா?
- இவ்விதமான கேள்விகளை உங்களிடம் கேட்டுப்பாருங்கள்.

நான் என் பதின்ம வயது குழந்தையின் அபிப்பிராயங்களை அனுமதிக்கிறேனா? உங்கள் குழந்தைகளின் அபிப்பிராயங்கள் உங்களிலிருந்து வேறுபட்டிருக்கிறதா? என சிந்தியுங்கள்.

- **உங்கள் பதின்ம வயதுப் பிள்ளைகள் நம்பிக்கைக்குரியவர்களாக இருந்தால் அவர்களைப் பாராட்டுங்கள்**

நீங்கள் செல்லும் வெளியிடங்களுக்கு உங்கள் பதின்ம வயது பிள்ளைகள் உங்களுடன் வருவதற்கு விருப்பம் கொள்கிறார்களா? காரணத்துடன் குடும்பமாக வெளியே செல்லுங்கள். வளைந்து கொடுக்கிறவர்களாக இருங்கள். உங்கள் குழந்தைகள் எப்பொழுதும் உங்களுடனே இருக்க வேண்டும் என எதிர்பார்க்கக் கூடாது. பின்னோக்கி பாருங்கள். நீங்களும் உங்கள் தாய் தந்தையினருக்கு முன்பாக இவ்வாறாகத்தான் அனுபவப்பட்டிருப்பீர்கள் என்பதை உணர்ந்து கொள்ளுங்கள். உங்கள் பதின்ம வயதுடைய பிள்ளைகள் பதின்ம வயதினைத் தாண்டி வளரும் போது அவர்கள் மனநிலையில் உருவாகும் ஏற்றத் தாழ்வுகளைக் கவனி-யுங்கள். அவர்கள் தன்னிச்சையாக, பொறுப்புள்ளவராக, பிறருடன் தொடர்புகொள்ளுகிற பெரியோர்களாக வளர இது உதவியாக இருக்கும்.

- **குழந்தைகளின் தனியுரிமைக்கு மதிப்பளியுங்கள்**

சில பெற்றோர்களுக்கு இது மிகக் கடினமான காரியமாகவே அமைகிறது. குழந்தைகள் எதைச் செய்தாலும் அது அவர்களுடைய சொந்த காரியம் என எண்ணாமல் அவர்கள் காரியங்களில் தலையிட்டு நல்லதொரு பெரியவர்களாக மாற அவர்களுக்கு உதவி செய்ய வேண்டும். குழந்தைகளுக்குத் தனியுரிமை அளியுங்கள். சில வேளைகளில் குழந்தைகளுக்-குச் சிக்கல் ஏற்படும் சமயங்களில் அதைத் தீர்த்து வைக்க நாம் முன்வர வேண்டும். உங்கள் பதின்ம வயது பிள்ளைகளுடைய அறைகள், மின்னஞ்சல்கள், பாடங்கள், தொலைபேசிகள் போன்றவை தனியாக இருக்கவேண்டும். உங்கள் பிள்ளைகள் அவர்களுடைய கருத்துக்கள், எண்ணங்கள் எல்லாவற்றையும் உங்களுடன் பகிர்ந்துதான் ஆக வேண்டும் என்று கட்டா-யமாக எதிர்பார்க்கக்கூடாது. உங்கள் பிள்ளைகளின் பாதுகாப்பிற்காக, பிள்ளைகள் எங்கு செல்கிறார்கள், எப்பொழுது திரும்பி வீட்டிற்கு வருகிறார்கள், என்ன செய்கிறார்கள், யாரு-டன் செல்கிறார்கள் என்பதை நீங்கள் எப்பொழுதுமே அறிந்து வைத்திருக்க வேண்டும். ஆனால் எல்லாவற்றையும் அறிந்துகொள்ளத் தேவையில்லை. எல்லாவற்றிலும் நீங்கள் தான் முக்கியப் பங்கு வகிக்க வேண்டும் என்று எதிர்பார்க்கக் கூடாது. உங்கள் பிள்ளைகளைப் பற்றி உங்களுக்கு நன்றாகத் தெரியும் தானே? வளரும் இப்பருவத்தில் பிறரைப் பற்றி உங்-கள் பிள்ளைகள் பேசத் தொடங்கும்போது அதில் கவனமுடையவர்களாக இருக்க வேண்டும். இதுதான் நல்ல தருணம் என்று அறிந்து உங்கள் பிள்ளைகளுக்கு ஏற்றாற் போல் அவர்க-ளுடனே பேசத் தொடங்குங்கள்.

- உன் உடலில் ஏதாவது மாற்றங்களை உணருகிறாயா?
- ஏதாவது விசித்திர உணர்வுகளை உன்னில் உணருகிறாயா?
- சில நேரங்களில் கவலையுடன், ஏனென்று அறியாமலேயே காணப்படுகிறாயா?

வருடத்திற்கு ஒருமுறை உடல் பரிசோதனை செய்து கொள்ளலாம். இளம் பருவத்திற்கு முந்தைய இப்பருவத்தைப் பற்றியும், அடுத்த சில வருடங்களில் உடலில் ஏற்படும் மாற்றங்களைக் குறித்தும் மருத்துவர்கள் மூலமாகத் தெரிந்து கொள்ளலாம். பெற்றோர்கள் - குழந்தைகள் கலந்து ஆலோசிக்கலாம். பின்னாட்களில் பேசிக் கொள்ளலாம் என்று தாமதிப்போமானால், எதிர்காலத்தில் பிள்ளைகள் உடல்ரீதியாகவும், மனதளவிலும் ஏற்படும் மாற்றங்களைக் கண்டு சந்தேக உணர்வுள்ளவர்களாய்க் காணப்படுவார்கள்.

- **உங்கள் பதின்ம வயதுப் பிள்ளைகளுடன் மனதாரப் பேசிப் பழகும் ஒரு பழக்கத்தை உருவாக்குங்கள்**

பெற்றோர்கள் - பிள்ளைகள் ஒருவருக்கொருவர் மனதாரப் பேசிக்கொள்ளும் பழக்கத்தை எவ்வளவு சீக்கிரமாகத் தொடங்குகிறோமோ அவ்வளவு சீக்கிரமாக அவர்கள் திறந்த மனதுடன் உங்களுடன் பேசுவார்கள். உங்கள் குழந்தைகளுக்கு குழந்தைகளுக்கென்று பிரத்யேகமாக எழுதப்பட்ட 'பருவமடைதல்' (அ) 'பூப்படைதல்' குறித்ததான புத்தகங்களைப் படிக்கச் சொல்லுங்கள். உங்கள் பருவ வயதின் அனுபவங்களைக் குழந்தைகளிடம் பகிர்ந்து கொள்ளுங்கள். தாய், தந்தையின் அனுபவங்களைப் பிள்ளைகள் தெரிந்து கொள்வதினால் ஒன்றுமில்லை. இது இயற்கையில் இயல்பு தான் எனவும் அறிந்து கொள்வார்கள்.

- **பதின்ம வயதுப் பிள்ளைகளையுடைய பல பெற்றோர்களின் குறிக்கோள்களை நினைவிற்கொள்ளுங்கள்.**

இளமைப் பருவத்தில் குழந்தைகள் பெற்றோருக்கு சவாலாக செயல்படுவார்கள். சில சமயங்களில் நமக்கு ஏமாற்றத்தையும் எரிச்சலையும் உண்டாக்குகிறவர்களாயும் காணப்படுவார்கள். பதின்ம வயதின் வளர்ச்சி என்பது சரீர வளர்ச்சி மாத்திரமல்ல. உடலின் உள்ளார்ந்த, தனிப்பட்ட, மனவளர்ச்சி என்பதை நாம் கருத்திற்கொள்ள வேண்டும். அநேகக் குடும்பங்களில் குழப்பங்களையும், திடீரென பெரிய மாற்றங்களையும் கொண்டு வரும் நேரம் இது என்பதைப் புரிந்துகொண்டு பிள்ளைகளை சீராய் வழிநடத்த வேண்டும்.

பதின்ம வயதினரைப் பற்றிய சில முக்கியமான தகவல்கள்

பதின்ம வயதுப் பிள்ளைகளின் முதன்மையான இலக்கு தாங்கள் சுதந்திரமாக வாழ்ந்து சாதனை புரியவேண்டும் என்பதே. இதை நிறைவேற்றுவதற்கு அவர்கள் பெற்றோர்களை விட்டுத் தனிமையாக இருக்க விரும்புவார்கள். இது பெற்றோர்களுக்கும் பிள்ளைகளுக்கும் இடையே முரண்பாடான ஒரு சூழலை ஏற்படுத்திவிடும். இதனால் பிள்ளைகள் பெற்றோர்கள் இருக்கும் இடங்களில் இருக்க விரும்புவதில்லை. பதின்ம வயதுடையோர் முதிர்ச்சியடையும்போது, தாங்களாகவே சுயமாக சிந்தித்து, பகுத்தறியத் தொடங்கிவிடுவார்கள். தங்களுடைய நன்னடத்தைக்கான கோட்பாடுகளை தங்களுக்கென உருவாக்கத் தொடங்கிவிடுவார்கள். பெற்றோர்கள், பெரியோர்களின் ஆலோசனைகளைக் கேட்டு நடந்த இவர்கள், திடீரென கலகமுண்டாக்கு கிறவர்களாகவும், தங்கள் கருத்துக்களை வலியுறுத்துகிறவர்களாகவும் மாறி பெற்றோரின் கட்டுப்பாட்டிற்கு எதிராகச் செயல்பட ஆரம்பித்து விடுவார்கள்.

பருவமடைதலுக்கும் இளமைப் பருவத்திற்குமிடையேயான வித்தியாசங்களைப் புரிய வைக்க வேண்டும்

நாம் காண்கின்ற விதமாகவே பருவமடைதல் என்பது பாலியல் பண்புகளில் ஏற்படும் வளர்ச்சியாகும். அதாவது மார்பகங்களின் வளர்ச்சி, மாதவிடாய் காலங்கள், இன உறுப்புக-ளில் உரோமங்கள் வளரத் தொடங்குதல், தாடி, மீசை வளருதல் போன்றவை பருவமடைத-லுக்கான அறிகுறிகளாகும். 8 வயது முதல் 14 வயதுடைய பிள்ளைகளுக்கு இம்மாற்றங்கள் பெரிய அளவில் காணப்படாவிட்டாலும் மனதளவில் மாற்றங்கள் ஏற்படத் தொடங்குகிறது. இதுவே இளம் பருவத்தில் ஏற்படும் மாறுதல்களாகும்.

இளம் பருவத்தின் தொடக்கம் வியக்கதக்க விதத்தில் பெற்றோர்களுக்கு முன்பாக அவர்-கள் அறிந்துகொள்ளும் விதத்தில் பிள்ளைகளுடைய நடத்தையில் இருக்கும்.

இப்பருவத்தில் பிள்ளைகள் தங்கள் தாயையும், தகப்பனையும் விட்டு சற்றுத் தள்ளி சுதந்திரமாக இருக்கத் தொடங்குவார்கள். அதே சமயம் தங்களைப் போன்ற வயதுடைய நண்பர்கள், உடன்பயிலுபவர்களைப் பார்த்து, அவர்களில் ஏற்படும் மாற்றங்களை அறிந்து-கொண்டு, வித்தியாசமான உணர்வுகளை தங்களில் உணர ஆரம்பிப்பார்கள். தீர்மானங்களை எடுப்பதில் பெற்றோர்களை விட நண்பர்களுக்கு முக்கியத்துவம் அளிப்பார்கள்.

எல்லாப் பதின்ம வயதுடையவர்களிடமும் பொதுவாகக் காணப்படும் ஒருவிதமான பண்பு கலகம் செய்வதும், முரண்பாடு கொள்வதுமாகும்.

பதின்ம வயதுடைய பிள்ளைகளிடம் உருவாகும் மனநிலையின் ஏற்றத்தாழ்வுகளினால் அவர்கள் கலகம் செய்பவர்களாக செயல்பட ஆரம்பித்துவிடுகிறார்கள். இது சில பிள்ளை-களிடம் மாத்திரமே முக்கிய பிரதிநிதியாகச் செயல்படுகிறது. எல்லாப் பதின்ம வயது குழந்-தைகளிடமும் ஏற்படுவது அல்ல.

பதின்ம வயதுடையவர்களிடம் எல்லாவற்றையும் பரிசோதனை செய்து பார்க்கும் சுபாவம் உருவாகிறது

எல்லாவற்றையும் ஆய்வு செய்து பார்க்கும் ஒருவிதமான சுபாவம் பதின்ம வயதுடையோர் மத்தியில் உருவாகிறது. சில சமயங்களில் ஆபத்தான குணங்களையும் உருவாக்கிவிட வாய்ப்புகளுண்டு. பாலியல், போதைப்பழக்கம், புகையிலை, மதுபழக்கம் இவற்றினால் வரும் தீமைகள் குறித்த பாடங்களை சிறு பருவ முதலே கற்றுத்தருதல் மிக அவசியமாகிறது. பின்னாட்களில் இவை அவர்கள் பொறுப்புடன் செயல்படத் துணை நிற்கும். இது பெற்-றோர்களின் பொறுப்புகளில், கடமைகளில் முக்கியமான ஒன்றாகும். உங்கள் குடும்பத்தின் மதிப்புகளை உங்கள் பதின்ம வயதுப் பிள்ளைகளோடு பகிர்ந்து கொண்டு, எது சரியானது, தவறானது, ஏன் என்பது பற்றி எடுத்துக் கூறுங்கள்.

உங்களுக்குப் பாடம் கற்பிக்கிறவர்களாயிருங்கள்

- பதின்ம வயதினரைப் பற்றிய புத்தகங்களை வாசியுங்கள்.
- உங்களின் பதின்ம வயது அனுபவங்களை நினைத்துப்பாருங்கள். நீங்கள் அனுபவித்த உபத்திரவங்களை நினைவு கூருங்கள். சில சொந்த அனுபவங்கள், நண்பர்களின் அனுபவங்களை முன்கூட்டியே அறிந்து வைத்திருத்தல், நமது பிள்ளைகள் வளர்ந்து வரும்பொழுது அவர்கள் ஆயத்தமாயிருக்கவும், வெற்றியுடன் எதையும் எதிர்கொள்ளவும்

அவர்களால் முடியும்.

எச்சரிக்கை அடையாளங்கள்

- எடை அதிகரித்தல் (அல்லது) குறைதல்
- தூக்கம் சார்ந்த பிரச்சனைகள்
- தோற்றத்தில் திடீரென உருவாகும் மாற்றங்கள்.
- திடீரென நண்பர்களை மாற்றுதல்
- அடிக்கடி பள்ளியைப் புறக்கணித்தல்
- படிப்பில் பின் தங்குதல்

எதிர்பார்ப்புகளை உருவாக்குங்கள். ஆனால் அவைகள் உணர்வுள்ளவைகளாக இருக்கட்டும்

பெற்றோர்கள் பிள்ளைகள் மீது வைத்திருக்கும் எதிர்பார்ப்புகளினால், பிள்ளைகள் மகிழ்ச்சியிழந்து போகலாம். பிள்ளைகள், தங்கள் பெற்றோர்களின் கவனிப்பையும், எதிர்பார்க்கும் சில காரியங்கள் அதாவது நல்ல பண்பு நலன்கள், ஏற்றுக்கொள்ளும் சுபாவம், வீட்டின் கட்டுப்பாடுகளுக்கு அடங்கி நடத்தல் போன்றவற்றை புரிந்து கொள்வார்கள். பெற்றோர்களாகிய நமக்குக் குறிப்பிட்ட எதிர்பார்ப்புகள் இருந்தால் பிள்ளைகள் அதை நிறைவேற்ற முயற்சி செய்வார்கள். காரணமில்லாத எதிர்பார்ப்புகளினால், நீங்கள் அவர்களைச் சரியாகக் கவனிக்கவில்லை என்று உங்களைப் பற்றித் தவறாகவும் எண்ணக்கூடும்.

விதிமுறைகள்

- பதின்ம வயதினர் படுக்கைக்குச் செல்லும் நேரத்தை வயதின் அடிப்படையில் குறித்து வைக்கவேண்டும்.
- சிறுவயதிலிருந்தே பதின்ம வயதினருக்கும் 8 முதல் 9 மணி நேர உறக்கம் தேவைப்படுகிறது.
- நாம் குறித்து வைத்திருக்கின்ற நேரப்பட்டியலின்படி அவர்களைத் தூங்க அனுமதிக்கவேண்டும்.

பிள்ளைகள் எதை வாசிக்கிறார்கள், பார்க்கிறார்கள் என்பதை கண்காணிக்க வேண்டும்.

தொலைக்காட்சி, புத்தகங்கள், வலைதள வசதிகள் இவற்றின் மூலமாக அநேக தகவல்களை குழந்தைகள் பெற்றுக்கொள்ள முடியும். பிள்ளைகள் எதைக் கவனிக்கிறார்கள், வாசிக்கிறார்கள் என்பதைக் குறித்த விழிப்புணர்வு பெற்றோராகிய நம்மிடம் இருக்க வேண்டும். கணினி, தொலைக்காட்சி இவற்றில் செலவிடும் நேரத்தையும், அவர்கள் எதைத் தெரிந்துகொள்கிறார்கள் என்பதையும் அறிந்திருக்க வேண்டும்.

அன்பு பெற்றோர்களே,

பதின்ம வயது (அல்லது) இளம் பருவம் என்பது முரண்பாடு நிறைந்த ஒரு காலம். எனவே பெற்றோருக்கும் பிள்ளைகளுக்கும் இடையே உள்ள கருத்து வேறுபாடுகளால் உறவு-

கள் விரிசல் அடையாதபடி பெற்றோர்களாகிய நாம் அன்பு பாராட்டி, நம் பிள்ளைகள் ஒரு தனித்துவ நபர்களாய் வளர்ந்து செயல்பட உதவி செய்ய வேண்டும். எப்பொழுதுமே கட்டுப்படுத்தும் ஒரு பெற்றோராகச் செயல்படக்கூடாது. நேர்மறையான அணுகுமுறைகளோடு, பிள்ளைகளிடம் பழகி, அவர்களுக்குச் சுதந்திரம் கொடுத்து, அவர்களின் தனி உரிமைக்கு மதிப்பளியுங்கள். பாராட்டுங்கள். நிச்சயம் நம்முடைய எதிர்பார்ப்புகளை அவர்கள் நிறைவேற்றுவார்கள்.

16

குழந்தைகளின் வலிமைகள்

ஒரு குழந்தையின் வெற்றி என்பது, அக்குழந்தை தன்னுடைய திறமைகளை முழுமனதுடன் பயன்படுத்தக்கூடிய ஒரு வழியை உருவாக்கி, அதன் மூலம்வெற்றியை நோக்கியப் பயணத்தைக் குறிக்கிறது. பொதுவாகக் குழந்தைகளிடம் 34 விதமான வலிமைகள் இருப்பதாக ஆராய்ச்சிகள் கூறுகின்றன. அவைகள் இங்கே வரிசைப்படுத்தித் தரப்பட்டுள்ளன.

1. சாதனையாளர்
2. இயக்குவிப்பவர்
3. ஒத்துப்போகும் தன்மையுடையவர்
4. பகுத்து ஆராய்ந்து அறிகிறவர்
5. ஏற்பாட்டாளர்
6. நம்பிக்கையுடையவர்
7. உத்தரவு இடுகிறவர்
8. தொடர்பு கொள்பவர்
9. போட்டி மனப்பான்மையுடையவர்
10. இணைப்பாளர்
11. ஒரே நிலையான நிலைத்தன்மையுடையவர்
12. மற்றவர்களின் மனப்பாங்கை அறியும் திறனுடையவர்
13. ஜாக்கிரதையாக சிந்திப்பவர்
14. மேம்பாட்டாளர்
15. ஒழுங்கு கடைபிடிப்பவர்
16. திட்டமிட்டுச் செயல்படுபவர்
17. கவனமுடையவர்
18. எதிர்கால நோக்குடையவர்
19. இணக்கம், இசைவு, ஒற்றுமையுடையவர்
20. எண்ணமுடையவர்
21. பிறரைத் தன்பால் ஈர்த்துக் கொள்பவர், சேர்த்துக் கொள்பவர்
22. தனித்துவமாதல்

23. தகவல், சக்தி உள்ளீடு
24. அறிவு சார்புடையவர்
25. கற்றுக்கொள்ளும் நபர்
26. உச்ச நிலைக்குக் கொண்டு செல்பவர்
27. தீர்மானமானவர்
28. சம்பந்தப்படுத்துபவர்
29. கடமை, பொறுப்புடையவர்
30. இழந்ததை ஈடு செய்யக்கூடியவர்
31. சுய உத்தரவாதம் உடையவர்
32. மனதினை உறுதிப்படுத்திக் கொள்ளுபவர்
33. திறமையுடன் திட்டமிட்டுச் செயல்படுபவர்
34. அன்பினால் பிறரைத் தன்பால் இழுக்க முயற்சி செய்பவர்

17

குழந்தைகளின் இயல்பானத் தன்மைகள்

1. ஒத்துப்போகும் தன்மையுடையவர்

(a) **சிறப்பம்சங்கள்**

ஒத்துப்போகும் தன்மை உடையவர்கள் அப்போதுள்ள தேவைகளை அனுசரித்து வாழ்பவர்கள்.

தேவைக்கேற்றாற்போல் சூழ்நிலைகளை உருவாக்கிக் கொள்பவர்கள்.

எதிர்காலத்தை ஒரு நிலையான எண்ணத்தோடு பார்க்க இயலாதவர்கள்.

சூழ்நிலைக்கு ஏற்றாற்போல் தங்களை மாற்றிக்கொள்ளும் திறமையுடையவர்கள்.

மற்றவர்களை சாந்தப்படுத்தி, அவர்களைத் திருப்திபடுத்தி வாழக்கூடியவர்கள்.

(b) **பெற்றோர்கள் ஒத்துப்போகும் தன்மையுடையவர்களாக இருந்தால்**

பெற்றோர்கள் என்னும் நிலையில் பொறுப்புடன் செயல்பட வேண்டும்.

குழந்தைகளுக்கு ஏற்படுகிற மாறுதல்களைக் குறித்து விந்தையான சூழல் ஏற்பட்டால் அதற்கென்று அவர்களை ஆயத்தம் செய்வார்கள்.

தாலந்துகளுக்கு ஏற்றபடி மற்றவர்களையும் செயல்படத் தூண்டுவார்கள்.

குழந்தைகளின் நலத்தை அதிகமாக இவர்கள் பொருட்படுத்துவது இல்லை. குழந்தைகளை உடனுக்குடன் புரிந்து கொள்வதற்கு இடம் தருவதில்லை. சூழ்நிலைக்கு ஏற்பத் திட்டங்களை மாற்றும் செயலில் முன்மாதிரியானவர்கள்.

c) **குழந்தைகள் ஒத்துப்போகும் திறமையுடையவர்களாக இருந்தால்**

குழந்தைகளுக்கு ஒத்துப்போகும் தாலந்துக்கு ஏற்றபடி பழக்கங்களையும், வாய்ப்புகளையும் ஏற்படுத்தித் தரும்போது அவர்களுக்கு ஏற்படுகிற திட்டம், தேர்வுகளில் மாற்றம் ஏற்படும் சமயங்களில் மனச்சோர்வின்றி ஒத்துப்போக உடனுக்குடன் தங்களைப் பழக்கிக் கொள்வார்கள்.

குழந்தைகள் தானாகவே செயல்பட முடியாதவர்களாக இருந்தால், அவர்களை ஊக்குவித்து, உடனுக்குடன் அந்தச் செயல்பாடுகளில் இணைந்து செயல்பட பழக்குவிக்கவேண்டும்.

குழந்தைகள் தங்களை மாற்றிக்கொள்வதினால் நெருக்கடியான சூழ்நிலைகளில் தானாக இயங்கும் வகையில் பயன்படுவார்கள்.

(d) ஒத்துப்போகும் திறனை உறுதிப்படுத்தும் சில வினாக்கள்

நீங்கள் இன்றைக்கு என்ன செய்ய வேண்டும்? உங்கள் வாழ்வில் ஏற்பட்ட மாற்றங்களை எவ்விதம் சமாளிப்பீர்கள்l?

உன் நண்பர்களை இன்று எவ்விதம் ஊக்குவித்தாய்? அவர்கள் குடும்பங்களில் ஏற்பட்ட பாதிப்பு சூழ்நிலைகளில் ஒத்துப்போகுமாறு எவ்வாறு ஆலோசனை கூறினீர்கள்? எப்படி ஆலோசனை கூறியிருக்கலாம் என்று நினைக்கிறீர்கள்.

உங்கள் வாழ்வில் ஏற்படும் சில மாற்றங்களுக்கு ஒத்துபோவதற்கு என்ன திறமைகள் உங்களுக்குத் தேவைப்படுகிறது?

2. தொடர்பு கொள்பவர்

(a) சிறப்பம்சங்கள்

தங்களது கருத்துக்களை எளிதாக வார்த்தைகள் மூலமாக வெளிப்படுத்தக் கூடியவர்கள். தங்களது காரியங்களை வெளிப்படையாய் விவரித்துச் சொல்லுபவர்கள். பொது இடங்களில் பேச வாய்ப்பு கிடைத்தால் பேசுபவர்கள். கருத்துக்களை எழுதி பரிமாற்றம் செய்யக் கூடியவர்கள். பிறருடைய் கவனத்தைக் கவரும் வகையில் சில செய்திகளை வெளிப்படுத்துவார்கள். தான் விளக்கிக் கூறும் விஷயத்தை படவிளக்கத்தில் காண்பிக்க ஆவல் கொள்பவர்கள். மிகச் சிறப்பாகப் பேசி, தான் நினைத்தக் கருத்துக்களை பேசிவிடுவார்கள்.

(b) பெற்றோர் தொடர்பு கொள்பவராக இருந்தால்

குழந்தைகளின் செயலாக்கத்திற்காக உங்கள் திறமைகளைப் பயன்படுத்தலாம். படைக்கும் திறனுள்ள திட்டங்களை உருவாக்குவதின் மூலம் குழந்தைகள் உங்களைச் சார்ந்திருப்பதைக் குறைத்து, அவர்கள் அவர்களையே சார்ந்திருப்பதை அதிகரிக்கும். சிறு கதைகள் வாயிலாக குழந்தைகள், அவர்கள் நண்பர்களுக்குப் படவிளக்கத்தில் அவர்கள் மனதில் பதியும்படி அவர்களுக்குச் சொல்லித் தருதல் வேண்டும். சில நேரங்களில் நாம் சொல்லும் கருத்துக்கள் குழந்தைகளை உணர்ச்சி வசப்படச் செய்யவும் வாய்ப்பு இருக்கிறது.

(c) குழந்தைகள் தொடர்பு கொள்பவராக இருந்தால்

குழந்தைகளோடு பேசி, அவர்கள் கூறும் கதைகள், பள்ளியில் நடந்த சம்பவங்கள் இவற்றைச் சுருக்கமாகப் பேசி, தான் நினைத்த கருத்துக்களைப் பகிர்ந்து கொள்ள குழந்தைகளைப் பழக்கப்படுத்த வேண்டும். குழந்தைகள் தங்கள் கருத்துக்களை வெளிப்படுத்தும் நேரத்தில் அவர்கள் பேசும் வார்த்தைகளைக் கவனித்து, அந்த வார்த்தைகளுக்குப் பதிலாக வேறு வார்த்தைகளைப் பயன்படுத்த உதவலாம். பேச்சுப்போட்டி, விளையாட்டுப் போட்டி இவற்றில் பங்குபெற குழந்தைகளை உற்சாகப்படுத்தலாம்.

(d) தொடர்பு கொள்பவர் திறனை உறுதிசெய்யும் வினாக்கள்

நீங்கள் பிறருடன் பேசும்போது, உங்களில் கண்டு கொண்ட மாற்றம் என்ன? உங்களைக் கவனித்தவர்கள் முழு கவனத்துடன், ஆர்வமுடன் இருந்தார்களா?

நீங்கள் பேசுவதைக் கவனிக்கும் நபர்கள் யார்? அவர்களுடன் பேசும்போது நீங்கள் உற்சாகமடைவது ஏன்?

3. உத்தரவு இடுகிறவர்

(a) சிறப்பம்சங்கள்

தங்களது கருத்துக்களை மற்றவர்களிடம் பகிர்ந்து கொள்பவர்கள். இத்திறமையுடையவர்-கள் ஒரு பொறுப்பாளராகச் செயல்படுவார்கள். தீர்மானம் எடுக்ககூடியவர்களாகச் செயல்ப-டுவர். மற்றவர்கள் பற்றிய தங்கள் கருத்துக்களை வெளிப்படுத்த சற்றுத் தயங்குவார்கள். ஒரு தீர்மானம் எடுத்துவிட்டால் அதை உடனே செயல்படுத்த நினைப்பவர்கள். எதிர்ப்புகளைப் பொருட்படுத்துவதில்லை. இருவிதமான கருத்துக்கள் இவர்கள் மனதில் எழுவதில்லை.

(b) பெற்றோர் உத்தரவு இடுகிறவராக இருந்தால்

குழந்தைகளின் திறமைகளை மனதில் கொண்டு அவைகளை செயல்படுத்துகிறவர்களாய் இருப்பது சிறந்தது. பிறர் சொல்லத் தயங்குகிற காரியங்களைத் தைரியமாய் எடுத்துரைப்-பார்கள். எத்தனை எதிர்ப்புகள் வந்தாலும் ஒரு செயலைச் செய்யும்போது திடமாக இருக்க வலியுறுத்துபவர்கள். குழந்தைகள் நலனுக்காக தங்கள் மனதில் உள்ள நேர்மறையான எண்-ணங்களை மற்றவர்களிடம் தைரியமாகப் பகிர்ந்துக் கொள்வார்கள்.

(c) குழந்தைகள் உத்தரவு இடுகிறவார்களாக இருந்தால்

குழந்தைகளை உற்சாகப்படுத்தி அவர்களை ஒரு குழுவின் தலைவராகவோ, வீட்டுப் பொறுப்புகளைச் செய்யக்கூடிய தலைவராகவோ நியமிக்கலாம். சிறு சிறு வேலைகளைச் சொல்ல உத்தரவாதம் தரலாம். இப்படிச் செய்வதினால் தங்களுடன் மற்றவர்களும் இணைந்து செயல்பட உற்சாகம் உண்டாகும். ஒருவேளை எதிர்ப்புகள் வரும்போது அவற்றை மேற்-கொள்ள முடியாவிட்டால் குழந்தைகளை எதிர்ப்புகளை மேற்கொள்ள பழக்குவிக்க வேண்-டும். மனம் சோர்ந்து தோல்வியடைந்தவர்கள் போலக் காணப்பட்டாலும் அப்படியே விட்டு-விடக் கூடாது.

(d) உத்தரவு இடும் திறனை உறுதிப்படுத்தும் சில வினாக்கள்

இன்றைக்கு நீங்கள் செய்யவேண்டிய பொறுப்புகள் எவை? இன்று பள்ளியில் எந்தப் பொறுப்பை அதிகமாகச் செய்தாய்? எந்தக் காரியத்தைத் திட்டமிட்டுச் சிறப்பாகச் செய்தாய்?

உங்களுடன் பணி செய்யும்படி யாரையாவது ஊக்குவிக்க உங்களுடன் சேர்த்துக் கொண்-டீர்களா?

4. ஒருமுகப்படுத்துபவர்

(a) சிறப்பம்சங்கள்

இத்திறனுடைய நபர்கள் ஒரே திசையில் தொடர்ந்து செல்லக் கூடியவர்கள். அவர்க-ளுடைய குறிக்கோளை அடிப்படையாக வைத்து செயல்படுபவர்கள், தெளிவான இலக்கை நோக்கிச் செல்லும் திறன் வாய்ந்தவர்கள். சில வேளைகளில் இலக்கை அடையாமறபோ-னாலும், சோர்ந்து போகாமல் முழு ஆர்வமுடன் செயல்படும் குணம் உடையவர்கள். வாரத்-திற்கும், மாதத்திற்கும், ஆண்டிற்கும் திட்டங்களை வகுத்துச் செயலாற்றுபவர்கள். எல்லா நபர்களையும் ஒரே மாதிரியாக நினைத்துச் செயல்படும் எண்ணம் கொண்டவர்கள்.

(b) பெற்றோர் ஒருமுகப்படுத்தும் திறனைப் பெற்றவர்களாக இருந்தால்

தங்கள் குறிக்கோள்களையும், தங்கள் குழந்தைகளின் எதிர்காலக் குறிக்கோள்களையும் பட்டியலிட்டு வைத்திருப்பவர்கள் அப்பட்டியலைத் திரும்பிப் பார்த்து எந்த அளவில் முன்-னேற்றம் அடைந்திருக்கிறோம் என சுய ஆய்வினை மேற்கொள்பவர்கள். குழந்தைகளின் குறிக்கோள்களை அவர்கள் மனத்திரையில் படங்களாக முக்கியப்படுத்திக் காட்டுதல் வேண்-

டும். குழந்தைகளுக்கு விருப்பமான நல்ல தலைவர்கள், ஆசிரியர்கள் போன்றவர்களை முன்மாதிரியாக வைத்து கற்றுத்தருதல் வேண்டும். குடும்பமாக வெளியூர்ப்பயணம் மேற்கொள்ளலாம். குழந்தைகள் கவனம் சிதறுபவர்களாக இருப்பின் உங்கள் செயல்களில் அவர்களை ஈடுபடுத்தலாம்.

(c) குழந்தைகள் ஒருமுகப்படுத்துபவராக இருந்தால்

குழந்தைகளுக்கு விருப்பமான நண்பர்கள், ஆசிரியர்கள் யாரென கண்டுபிடித்து அவர்கள் பெற்றுக்கொண்ட வெற்றிகளை எடுத்துரைத்து, அவ்வெற்றிக்கு நேராக எவ்விதம் அடியெடுத்து வைத்தார்கள் என்பதையும் விளக்கி, அதை முன் மாதிரியாக வைத்துச் செயல்பட உதவி செய்ய வேண்டும்.

குழந்தைகளின் நீண்ட கால ஆசைகளை எழுதி வைப்பதற்கு ஒரு வாய்ப்பு தர வேண்டும்.

குழந்தைகள் சாதித்த சில சாதனைகளை ஒவ்வொரு நாளும் கேட்டறிந்து கொள்ளுதல் வேண்டும்.

தங்களுடைய சகோதரர்கள், நண்பர்கள் மற்றும் சக மாணவர்களுக்காக குறிக்கோள்களை அமைத்துச் செயல்படும் நேரங்களில் நாமும் அவர்களுடன் இணைந்து வெற்றிக்கு நேராக வழிகாட்ட வேண்டும்.

(d) ஒருமுகபடுத்துபவர் திறனை உறுதிப்படுத்தும் கேள்விகள்

இப்பொழுது நீங்கள் கொண்டுள்ள திட்டங்கள் எவை? உங்களுடைய திட்டங்களைப் பற்றி யாருக்கு நன்றாகத் தெரியும்?

இந்த வார இறுதியில் உங்களுடைய வெற்றியை எவ்விதம் அளவு கோலிட்டு அளக்க விரும்புகிறீர்கள்.

5. சேர்த்துக் கொள்பவர்

(a) சிறப்பம்சங்கள்

இத்திறன் படைத்த நபர்கள் பிறரைத் தன்னிடம் எளிதாக சேர்த்துக் கொள்பவர்கள். தனித்து விடப்பட்டவர்களைத் தங்களிடம் சேர்த்துக் கொண்டு அவர்களும் செயல்படுவதற்கு வாய்ப்பினை உருவாக்கித் தருபவர்கள். தன்னைப் போல பிறரும் மகிழ்ச்சியடைய வேண்டும் என்ற கருத்து இவர்களிடம் உண்டு. வித்தியாசமான பண்பாடு கொண்டவர்கள், கருத்துடையவர்கள் என்று பாராமல் அவர்களையும் சேர்த்துக்கொண்டு செயல்பாட்டுக்குள் கொண்டு வருபவர்கள். எல்லோரும் ஒன்று, எல்லோரும் இணைந்து செயல்படவேண்டும் என்ற நோக்கமுடையவர்கள்.

(b) பெற்றோர் சேர்த்துக்கொள்பவர் திறனை உடையவராக இருந்தால்

நீங்கள் சேர்த்துக்கொள்பவராகச் செயல்படுவதினால் எல்லோரையும் ஒன்றுபோல நினைத்துச் செயல்படுவதில் முக்கியம் காட்டவேண்டும். இணைந்து செயல்படுவதினால் என்ன மாற்றங்கள் உருவாகிறது என்பதை எடுத்துச் சொல்ல வேண்டும். சிறு குழந்தைகளை விளையாட்டில் சேர்த்துக்கொள்ளாமல், விளையாட அனுமதிக்காமல் இருப்பது எவ்விதமாக இருக்கும் என்பதை எடுத்துக்காட்டி வித்தியாசமின்றி எல்லோரும் இணைந்து செயல்படுவதற்கு வாய்ப்பு தருதல் வேண்டும்.

(c) குழந்தைகள் சேர்த்துக் கொள்பவர் திறனைப் பெற்றிருந்தால்

புதிதாகச் சேரும் குழந்தைகளை தன்பால் இழுத்து கொண்டு அவர்களை உற்சாகப்படுத்தும் வகையில் வாய்ப்புகளை ஏற்படுத்தித் தர வேண்டும். ஏற்ற தாழ்வுகள் இருந்தாலும் அதைப் பொருட்படுத்தாது மிகவும் இயல்பான நிலைக்குக் கொண்டுவருதல் அவசியமானது. யாராகிலும் தள்ளப்பட்டவர்களாக சமுதாயத்திலோ, வெளியிலோ காணப்பட்டால் அவர்களைத் தேடி, வாய்ப்பு தந்து அவர்களுடன் இணைந்து செயல்படவேண்டும். பள்ளி மாணவர்கள், ஆசிரியர்களுடன் இணைந்து செயல்படுவதினால் குழந்தைகள் இத்திறனை செயல்பாட்டு முறையில் பயன்படுத்த வழி உண்டாகிறது.

(d) சேர்த்துக்கொள்பவர் திறனை உறுதிபடுத்தும் வினாக்கள்

1) சமீபத்தில் யாரையாவது தள்ளப்பட்டவர்களாகத் தோற்றம் அளித்தவர்களை உங்களோடு சேர்த்து கொண்டீர்களா?

2) எல்லோரும் மதிப்பிற்குரியவர்கள் என்பதை விளக்கிக் காட்ட நீங்கள் என்ன வழிமுறைகளைக் கையாளுகிறீர்கள்?

மேற்கூறிய 16 விதமான திறன்களும் நம்மிடம், நம் குழந்தைகளிடம் காணப்படுகின்ற பொதுவான திறன்களாகும். கொடுக்கப்பட்டுள்ள விளக்கங்களைப் புரிந்துகொண்டு, அதைப் பின்பற்றி நம் வாழ்வில் நடைமுறைக்குக் கொண்டு வருவோமெனில் நாமும், நம் குழந்தைகளும் வெற்றியை நோக்கிப் பயணிக்கமுடியும். எஞ்சியத் திறன்களைப் பற்றிய விளக்கங்களை வருங்காலங்களில் அறிந்து கொள்ளலாம்.

18

குழந்தைகளின் சிறப்புத் தன்மைகள்

1. சாதனையாளர்

(a) சிறப்பம்சங்கள்

சாதனை புரிவதில் மிகுந்த அக்கறை கொண்டவர்கள். ஒவ்வொரு நாளையும் சாதாரண அளவிலேயே தொடங்குவர். ஆனால் நாளின் இறுதியில் தன்னைப் பற்றிப் பெருமையாக உணரும் விதத்தில் ஏதாவது ஒரு சிறப்பான சாதனையை உருவாக்குபவர்கள். எல்லா நாட்களிலும் ஓய்வின்றி உழைத்து சாதனை புரிய முன் வருபவர்கள்.

ஒரு நாளில் ஒரு சிறிய சாதனை கூடச் செய்யாவிட்டால் அது எவ்வளவு சிறிய காரியமாக இருந்தாலும், மனநிறைவு பெற மாட்டார்கள்.

(b) பெற்றோர் சாதனையாளராக இருந்தால்

அன்றாட வேலைகளை முன்குறித்து வைத்தல் வேண்டும்.

மனவலிமையைப் பயன்படுத்தி, குழந்தைகளை வளர்க்க இது உதவி புரியும். குழந்தைகளை வளர்த்து எடுப்பதைவிட வெற்றிதரும் காரியம் வேறு எதுவுமில்லை.

நீங்கள் கடினமாக உழைத்துச் செயல்படுகின்ற ஒரு வேலையில் உங்கள் குழந்தைகளையும் ஈடுபடுத்தி, அந்தக் கடின உழைப்பின் பெரும்பலனைக் கண்கூடாகக் காண வைக்கலாம்.

நீங்கள் செய்ய வேண்டிய செயல்களை வரிசைப்படுத்தும் போது, உங்கள் குழந்தைகளுக்குத் தேவையான முக்கியமான செயல்களையும் அதில் சேர்த்துக்கொள்ளுங்கள். (பள்ளி நிர்வாகக் குழுவில் பங்கேற்பது, விளையாட்டு, இசைக்குழு போன்றவை)

ஒவ்வொரு வார இறுதியிலும், பள்ளியில் குழந்தைகள் தெரிந்து கொண்ட முக்கியமான உண்மை நிகழ்வுகளையும், கருத்துக்களையும் அடையாளம் காணும் வகையில் பட்டியலிடுங்கள். இது குழந்தைகள் எத்தனை சதவீதம் முன்னேறியிருக்கிறார்கள் என்பதை நமக்கு விளக்கும்.

(c) குழந்தைகள் சாதனையாளராக இருந்தால்

குறிக்கப்பட்ட குறிக்கோளைச் சென்றடைய அல்லது தேர்வுகளில் நல்ல மதிப்பெண்களைப் பெற்றுக்கொள்ள, பொறுப்பாளராக அல்லது வகுப்புத் தலைவனாக உருவாக ஊக்கு-

விக்கலாம்.

நமது அன்றாட வேலைகள் குறித்த பட்டியலைக் குழந்தைகளுக்கு காண்பித்து,அவர்களும் அதே போன்று பட்டியல் தயாரிக்க உதவலாம். குழந்தைகள் விரும்பினால் அவர்கள் பட்டியலிட்ட வேலைகளைச் செய்து முடிப்பதற்கு நாம் எவ்விதம் உதவலாம் என்பதைத் தீர்மானியுங்கள். முக்கியமான செயல்திட்டங்களைச் செய்யும்போது, நாம் இணைந்து செய்வது போன்ற செயல்முறைகள் உள்ளதா என்பது போன்ற வினாக்களைக் கேளுங்கள்.

குழந்தைகளுக்குப் பட்டியலில் உள்ளபடி நேரத்தைச் சரியாக நிர்வகிப்பதற்கும், பள்ளி மற்றும் செயல் திட்டங்களை நிறைவேற்றவும் போதுமான அனுபவம் இருக்கிறதா எனத் தெரிந்துக்கொள்ளுங்கள்.

ஒவ்வொரு நாளின் இறுதியிலும் குழந்தைகளின் வெற்றிகளைக் குறித்துக் கொள்ளுங்கள். வார இறுதியில் அவர்களின் சாதனைகளைப்பற்றிக் கேளுங்கள். அவர்களைப் புரிந்துகொண்டு மனதாரப் பாராட்டுங்கள்.

(d) சாதனையாளர் என்ற திறனை உறுதிப்படுத்தும் கேள்விகள்

1. எந்தக் குறிக்கோளை அடிப்படையாகக் கொண்டு செயல்பட்டுக் கொண்டிருக்கிறீர்கள்?

2. இந்த வாரத்தில் பள்ளியில் பணி செய்யும் பணியாளர்களோடு ஒரு பங்காளராக இணைந்து ஏதாவது ஒரு காரியத்தை வெற்றிகரமாகச் செய்துமுடிக்க இயலுமா?

3. நீங்கள் தற்சமயம் பள்ளியில், வீட்டில், வேலைகளில் மேற்கொள்ளும் சவால்கள் என்னென்ன? சவால்களை மேற்கொள்ள எடுத்த நடவடிக்கைகள் என்ன?

2. இயக்குவிப்பவர்

(a) சிறப்பம்சங்கள்

ஒரு செயலை எப்போது தொடங்கலாம் என்ற கேள்வியுடன் இருப்பவர். இவர்களிடம் பொறுமை இருக்காது.

ஒரு செயலைச் செய்யத் தீர்மானம் எடுத்துவிட்டால், அச்செயலைச் செய்வதற்கு ஏற்ற சமயத்தையோ, வாய்ப்பையோ எதிர்பார்த்துக் காத்திருப்பதில்லை.

செயல்களின் மூலமாகத்தான் கற்றுக்கொள்ள முடியும் என நம்புகிறவர்கள்.

மனதில் எழும் எண்ணங்களைச் செயலாகச் செய்து முடிப்பவர்கள்.

(b) பெற்றோர் இயக்குவிப்பவராக இருந்தால்

உங்கள் திறமைகளைப் பயன்படுத்தி, உங்கள் குழந்தைகளுக்கு கிடைக்கும் வாய்ப்புகளைத் தவறவிடாமல், புதிய செயல்களில் ஈடுபடச் செய்யுங்கள்.

குழந்தைகளுக்குத் திடீரென ஏற்படும் சவால்களைச் சமாளிக்க, நாமும் அவர்களோடு நின்று அச்சூழலில் உதவி செய்யலாம்.

பலவிதமான செயல்களைச் செய்யும்போது, நாம் கண்ட அனுபவங்களைக் குழந்தைகளிடம் பகிர்ந்து கொள்ளுங்கள். இதே போன்ற சூழ்நிலை அவர்களுக்கு உருவாகும்போது அதை எதிர்கொள்ள இது உதவியாக இருக்கும்.

(c) குழந்தைகள் இயக்குவிப்பவராக இருந்தால்

குழந்தைகளிடம் நண்பர்களுடனோ, குடும்பத்திலோ, எப்படி ஒரு செயல் நடந்து கொண்டிருக்கிறது எனக் கேட்டு உங்கள் எதிர்பார்ப்புகளையும் அவர்களிடம் பகிர்ந்துக்கொள்ளுங்கள். இது மிகவும் சக்தி வாய்ந்ததாக இருக்கும்.

குழந்தைகள் கூறும் குறைகளை கவனித்துக் கேளுங்கள். சில சமயங்களில் அதன் மூலமாக நாம் கற்றுக்கொள்ள வேண்டிய வாய்ப்பு அமையலாம். அவர்கள் கூறும் குறைகளைத் தவிர்த்து, அதிலிருந்து முன்னேறிச் செல்வதைப் பற்றிப் பேசுங்கள்.

(d) இயக்குவிக்கும் திறனை உறுதிப்படுத்தும் சில கேள்விகள்

இந்த வாரத்தில் நீ செய்ய முன் வந்த காரியம் என்ன? எந்த அளவில் அதை மேற்கொண்டாய்? சுற்றி இருந்தவர்கள் எந்த விதத்தில் ஒத்துழைப்பு அளித்தனர்?

எதிர்மறையாகச் செயல்படுபவர்கள் நேர்மறையாகச் செயல்பட என்ன வழிமுறைகளைச் செயல்படுத்தலாம்?

3.ஏற்பாட்டாளர்

(a) சிறப்பம்சங்கள்

இந்தத் திறமை படைத்தவர்கள் ஏற்பாடு செய்யக்கூடிய திறன் வாய்ந்தவர்கள். நெருக்கடியான, குழப்பமான சூழ்நிலைகள் ஏற்படும்போது, அந்தச் சூழ்நிலைகளுக்கு ஏற்ப எல்லாக் காரியங்களையும் செய்து, சரியான நிலையில் ஒழுங்குபடுத்தும் திறனுடையவர்கள். எதற்கும் வளைந்து கொடுக்கும் தன்மையுடையவர்கள். எதிர்பாராத சூழ்நிலைகளினால் சில செயல்களைச் செய்ய முடியாதபடி தடைகள் ஏற்படுமானால் அதைக் கருத்தில் கொண்டு குறை கூறி தாமதங்கள் ஏற்படாதபடி அச்செயலை முன்னின்று நடத்தி முடிக்கத்தக்க மனப்பக்குவம் உடையவர்கள். புதிய வழியைக் கண்டுபிடித்து அவர்கள் ஏற்பாடு செய்த திட்டங்களை நடத்தி முடிக்கும் திறமை இயற்கையாகவே இவர்களிடம் உண்டு.

(b) பெற்றோர் ஏற்பாட்டாளராக இருந்தால்

அன்றாட வேலைகளைத் திட்டமிட்டபடி ஒழுங்காகச் செய்து சிறப்பாகச் செயல்படுபவர். தடைகள் ஏற்பட்டாலும் புதிய அணுகு முறைகளால் செயல்படுத்த முன் வருபவர். குழந்தைகளின் திறமைகளைப் பகுத்தறிந்து அதற்கேற்றபடி அந்தக் காரியங்களை ஏற்பாடு செய்யத் திறமை படைத்தவர்கள்,உறுதியான மனத்திறன் கொண்டவர்கள்.

(c) குழந்தை ஏற்பாட்டாளராக இருந்தால்

தன்னம்பிக்கையுடையவர்கள். குழந்தைகளுக்குப் புதிய திட்டங்கள், வேலைகள், பொறுப்புகளைத் தந்து அவைகளில் எத்தனை தவறுகள், முன்னேற்றங்கள் என்பதை அறிந்து குழந்தைகளுடன் இணைந்து செயலாற்ற வேண்டும். குழந்தைகளின் பொறுப்புகளை அவர்களே திட்டமிட வேண்டும். குடும்பத்தின் சாப்பாட்டு ஒழுங்குகள், குடும்ப அங்கத்தினரின் வேலைத்திட்டங்களில் தாமாகவே பங்கெடுக்க உற்சாகப்படுத்தவேண்டும். குழந்தைகளின் வேலைகள், வீட்டுப் பாடங்கள் இவை எங்ஙனம் மதிப்பெண்களைப் பாதிக்கிறது என்பதைப் புரிந்து கொண்டு, திட்டமிட்டுச் செயல்பட கற்றுத்தரவேண்டும்.

(d) ஏற்பாட்டாளர் திறனை உறுதிசெய்யும் கேள்விகள்

ஒரு குழு (அல்லது) கூட்டத்தோடு இணைந்து செயல்படும்போது நீங்கள் முக்கியமாக மனதில் கொள்ள வேண்டியவை எவை?

எந்தெந்த பண்புகள் இருந்தால் ஒருவரை உங்களைப்போல பொறுப்பாளர்களாக மாற்ற முடியும்?

உங்கள் அறையை அதிக உபயோக நிலைமைக்குக் கொண்டு வருவது பற்றி உங்கள் கருத்து என்ன? நீங்கள் கொண்டு வர விரும்புகின்ற மாற்றங்கள் எவை?

4.முன்னேற்றுபவர் (அல்லது) உருவாக்குகிறவர்

(a) சிறப்பம்சங்கள்

இத்திறனுடையவர்கள் பிறருடைய திறமைகளைச் சிறந்த முறையில் கண்டறிந்து அவற்றை வளர்த்து எடுக்கும் திறன் படைத்தவர்கள். பிறரை வளர்ச்சிக்கு நேராக எவ்விதம் வழிநடத்துவது, அதற்கான வழிமுறைகள் என்ன என்பதை மனதில் ஆராய்ந்து கொண்டே இருப்பவர்கள். பிறர் முன்னேறிச் செல்ல அவர்களை ஊக்குவிக்கும் ஆர்வம் உடையவர்கள். மற்றவர்களை உற்சாகமூட்டுவதிலும், அவர்களுக்கு உதவி செய்வதிலும் நேர்மையுடனும் மனநிறைவுடனும் காணப்படுவர்.

(b) பெற்றோர் உருவாக்குபவர் என்ற திறனை உடையவராக இருந்தால்

உங்கள் குழந்தைகள் தானாகவே செயல்படுவதற்கு ஒரு அந்தஸ்தை உருவாக்கித் தரவேண்டும். அவர்களும் வளர்ந்து சிறப்பான வழி முறைகளைக் கண்டறிவதற்கு அவர்களுக்கு நேரம் தேவைப்படுகிறது என்பதைப் புரிந்துகொள்ளவேண்டும்.

முதலில் நம்மையே நாம் முன்னேற்றிக்கொள்ள வேண்டும். விளையாட்டுப் போட்டிகளில் மிகுந்த ஆர்வம் உடையவர்களாக இருந்தால் விளையாட்டு வீரர்களுக்கே தானாக முன் வந்து உதவி செய்யலாம்.

குழந்தைகளுக்கு எந்த விதத்தில், எத்தனை முறைகள் நீங்கள் உதவினீர்கள் என்பதைப் பட்டியலிட்டுக் கொள்ளுங்கள். குழந்தைகளின் வளர்ச்சிகளை உன்னிப்பாகக் கவனித்துச் செயல்படுங்கள்.

(c) குழந்தைகள் உருவாக்குபவர் திறனைக் கொண்டிருந்தால்

குழந்தைகளுக்கு நீங்கள் ஒரு வழிகாட்டியாக, ஆசிரியராக இருந்து சிறுவயதிலிருந்தே பிறருக்கு உதவி செய்வதில் உற்சாகமூட்ட வேண்டும். பிறருடைய திறமைகளை உங்கள் குழந்தைகள் கண்டுகொள்ள வாய்ப்பு அதிகமாக இருக்கிறது. சில வேளைகளில் தவறான செயல்களில் அவர்கள் ஈடுபடவும் வாய்ப்பு இருக்கிறது. எனவே அதற்கு வழிவகுக்காதபடி அவர்களை வழிநடத்தும் சக்தியாக நாம் இருக்கவேண்டும்.

(d) உருவாக்குபவர் திறனை உறுதிப்படுத்தும் கேள்விகள்

சமீபத்தில் யாரையாவது அங்கீகரித்து, அவர்களைப் புகழ்ந்தீர்களா?

உங்களுடைய இத்திறனைப் புதிதாக யாருக்காவது கற்றுக் கொடுத்தீர்களா?

பிறருக்கு உதவி செய்வதினால் உங்கள் மனதில் எழும் எண்ணங்கள் எவை? யார் உங்களுடைய வளர்ச்சிக்கு உதவி செய்கிறார்கள்?

5.பொறுப்புடையவர்

(a) சிறப்பம்சங்கள்

இத்திறன் படைத்தவர்கள் தாங்கள் சொன்னதைச் செய்யும் அளவிற்குப் பொறுப்புணர்ச்சி கொண்டவர்கள்.

வாழ்க்கைத்தரம் சிறப்பாக இருக்கும். எந்தச் செயலையும் பொறுப்புடன், அர்ப்பணிப்புடன் செய்து முடிப்பவர்கள். சில செயல்களை செய்து முடிக்க இயலாத சூழ்நிலைகளில் அதை எவ்விதம் செய்து முடிப்பது என்று சிந்தித்து அதற்கான வழிமுறைகளைக் கண்டுபிடிக்கும் தன்மையுடையவர்கள். ஒரு குறிப்பிட்ட காலத்திற்குள் ஒரு காரியத்தை செய்து முடிப்பது தான் இவர்களின் இலக்கு.

(b) பெற்றோர் பொறுப்புடையவர் திறனை பெற்றிருந்தால்

அர்ப்பணிப்போடு செயல்படத் தகுதியானவர்கள்.

குழந்தைகளிடம் பொறுப்புணர்ச்சி உள்ளவர்களாக இருக்கக் கற்றுத் தருதல் அவசியம். செய்வேன் என்று தீர்மானித்த, வாக்குறுதி கொடுத்த காரியங்கள் மிக முக்கியம் என்பதை வலியுறுத்த வேண்டும். பெற்றோர்களாகிய நாமும் குழந்தைகளிடத்தில் முடியாது என்று சொல்லவோ, அவர்களுக்காக நம்முடைய வேலைகளை மாற்றி அமைக்கவோ தயங்கக் கூடாது. முழுநேரமும் பணியில் ஈடுபடும் ஒரு வாய்ப்பு அமையும் தருணத்தில் அதைப்பற்றி உங்கள் குழந்தைகளிடம் விவரமாகச் சொல்லித் தருதல் வேண்டும். அப்போது உங்கள் குழந்தைகள் பொறுப்புள்ளவர்களாக மாறிவிடுவார்கள்.

(c) குழந்தைகள் பொறுப்புடையவர் திறனை உடையவர்களாக இருந்தால்

வயதுக்கேற்றபடியான பொறுப்புகளைக் குழந்தைகளுக்குத் தந்து அப்பொறுப்பின் முக்கியத்துவத்தைக் கற்றுக்கொடுத்து ,அதை நிறைவேற்ற பக்குவப்படுத்த வேண்டும். எந்தவிதமான இடையூறுகளும் கொடுக்காதபடி, முழுச் சுதந்தரத்தையும், சமயத்தையும் கொடுக்க வேண்டும். சரியான விதத்தில் பொறுப்புகளை நிறைவேற்ற அவற்றைப் பட்டியலிட்டுத் தரவேண்டும். இவ்விதமாக செயல்படும்போது தாங்கள் நிறைவேற்ற வேண்டிய பொறுப்புகளைச் செயல்படுத்தவும் மகிழ்ச்சி ஏற்படவும் வாய்ப்பு உள்ளது.

(d) பொறுப்புடையவர் திறனை வலுப்படுத்தும் சில கேள்விகள்

1) இப்போது உங்களுக்கு இருக்கும் பொறுப்புகள் எவை? உங்கள் பொறுப்புகளை நிறைவேற்ற முடியாதபடிக்கு உங்கள் மனதில் குற்ற உணர்வு ஏற்பட்டதுண்டா?

2) பள்ளியிலும், வீட்டிலும் நீங்கள் அதிக விருப்பம் கொண்ட பொறுப்புகள் எவை?

19

குழந்தைகளின் தனித்தன்மைகள்

1. பகுத்து ஆராய்ந்து அறியக்கூடியவர்

(a) சிறப்பம்சங்கள்

இத்திறமையுடையவர்கள் எதையுமே நன்கு ஆலோசித்து, ஆராய்ந்து, நல்ல முறையில் புரிந்துகொள்ளும் தன்மையுடையவர்கள். தங்களைப் பாதிக்கும் செயல்களைக் குறித்து முன்கூட்டியே அறியும் திறமையுடையவர்கள். மற்றவர்களின் ஆர்வங்களை அழிக்கும் எண்ணம் கொண்டவர்கள். கேள்வி கேட்பது, ஆராய்ந்து பார்ப்பது, ஒத்துப் போகாமல் இருக்கிற மனநிலை இவர்களுக்கு உண்டு. தங்களது திறமைகளால் தவறு நேரிடாதபடி தங்களைப் பாதுகாப்பாக வைத்துக் கொள்பவர்கள்.

(b) பெற்றோர்கள் பகுத்து ஆராய்ந்து அறியும் திறமையுடையவராக இருந்தால்

குழந்தைகளுக்கு வாழ்வில் ஏற்படக்கூடிய, சிக்கலான சூழல்களை நன்கு சிந்தித்து நேர்மறை, எதிர்மறையான விளைவுகளை முன்கூட்டியே அறிந்துகொள்ள கற்றுத்தரலாம். இந்தத் திறன் வாய்ந்த பெற்றோர் குழந்தைகளுடன் செயல்படுவது கடினம். மனவேதனைகள் உருவாக வாய்ப்பு உண்டு. ஆகவே உணர்ச்சி வசப்படக்கூடிய சூழ்நிலைகளில் வேதனையான மனநிலையுடன் ஈடுபடுவதைத் தவிர்த்து, இயல்பு நிலைக்குத் திரும்பிய பிறகு பக்குவமாகக் குழந்தைகளுக்கு எடுத்துரைப்பது நல்லது. பிறருடைய வாழ்க்கையில் ஏற்பட்ட அனுபவங்கள், தீர்மானங்களை எடுத்துகாட்டாக எடுத்துரைத்து, வெற்றிகள், தோல்விகள் இவற்றைச் குழந்தைகள் புரிந்துகொள்ளும்படி கற்றுத்தருதல் வேண்டும்.

(c) குழந்தைகள் பகுத்து ஆராய்ந்து அறியும் திறமைகளை பெற்றிருந்தால்

குழந்தைகள் பகுத்து ஆராயும் திறமையைப் பெற்றிருக்கிறபடியால் பெற்றோரிடம் கேள்விகள் கேட்கத் தயங்குவதில்லை. குழந்தைகள் கேள்விகள் கேட்கும் போது, அவர்களைப் பயமுறுத்தாமல், கேட்கிற கேள்விகளுக்குத் தகுந்த பதிலளிக்க வேண்டும்.

பள்ளியில் தரப்படும் வேலைகள், குழந்தைகளுடன் விளையாடும்போது ஏற்படும் கருத்துப் பரிமாற்றம் இவற்றில் பெற்றோர்கள் குழந்தைகளுடன் ஈடுபடுதல் வேண்டும். சில சமயங்களில் பரிசுகளை வாங்கும்போது, விடுமுறைக்குச் செல்லும் போது அவற்றை ஏன் செய்கிறோம்

என்ற காரணத்தை விளக்கி சொல்லவேண்டும்.

(d) பகுத்து ஆராயும் திறனை வலுப்படுத்தும் சில வினாக்கள்

நம்பகமான தகவல்களைத் தரும் எந்த வலைத்தளத்தை, புத்தகத்தை, மனிதரை நீங்கள் சார்ந்திருக்கிறீர்கள்?

உங்களுக்குத் தெரிந்த தகவல்கள், கருத்துக்கள் மூலம் யார் பயனடைவார்கள்?

யாரிடமாவது இன்று புதியதொரு கேள்வியைக் கேட்டீர்களா? அதற்கு என்ன பதில் கிடைத்தது? இறுதியாக அந்தப் பதிலிலிருந்து நீங்கள் கற்றுக்கொண்டது என்ன?

2. நம்பிக்கை

(a) சிறப்பம்சங்கள்

இத்திறமையுடையவர்கள் மனவலிமையும், மாற்ற முடியாத நம்பிக்கையும் உடையவர்கள். இதனால் வாழ்க்கையின் குறிக்கோளை அறிந்தவர்களாய், அறிவு படைத்தவர்களாய் இருப்பார்கள். மனதளவில் குடும்பத்தோடு இணைந்து செயல்படுபவர்கள். பிறருக்காகவும் நம்பிக்கையுடன் செயல்படுபவர்கள். பணத்தைவிட வெற்றியே சிறந்தது என்ற மன உறுதி கொண்டவர்கள். வாழ்க்கையில் எத்தனை சோதனை ஏற்படினும், வாழ்க்கையின் முக்கியத்துவத்தை உணர்ந்து செயலாற்றக்கூடியவர்கள். எல்லோரிடமும் ஒன்று போல் பழகும் தன்மை, நம்பகத்தன்மை கொண்டவர்கள்.

(b) பெற்றோர் நம்பிக்கை, திறமையுடையவராக இருந்தால்

சொல்வதையே நடத்திக்காட்டும் பண்பு உடையவர். உங்களுடைய தத்துவங்களைச் செயல்மூலமாகவும், வாழ்க்கையின் மூலமாகவும் குழந்தைகளுக்குக் கற்றுத் தரலாம்.

மனிதன் அடிப்படைக் கருத்துக்களுக்கு ஏற்றாற்போல் வேலைகளைத் தெரிந்து கொள்ளலாம். வேலை செய்யும் நிறுவனம்மற்றும் சமுதாயத்திலும், குடும்பத்திலும் மாற்றங்களை ஏற்படுத்தும் வல்லுநர்களாய் செயல்பட வாய்ப்பு உண்டு. உங்கள் உயர்ந்த எண்ணங்களை உங்கள் வாழ்க்கையில் நடைமுறைப்படுத்தி குழந்தைகளுக்கு முன்மாதிரியாக மாறலாம். உங்கள் வாழ்க்கைக் கோட்பாடுகளை குழந்தைகளிடம் பகிர்ந்து கொள்ளலாம்.

(c) குழந்தைகள் நம்பிக்கைத் திறனை உடையவராக இருந்தால்

குழந்தைகளின் அடிப்படை நம்பிக்கைகளை வகுப்பறையிலும் வீட்டிலும், நண்பர்கள் மத்தியிலும் உற்சாகப்படுத்தவேண்டும். அதனால் ஏது சரி, எது தவறு என்பதை அறிந்து கொள்ள வாய்ப்பு இருக்கிறது. வாழ்க்கையின் குறிக்கோள், முக்கியத்துவம் குறித்து குழந்தைகளிடம் உரையாட வேண்டும். குழந்தைகள் நம்பிக்கையை இழந்துபோகாமல் அவர்களை உற்சாகமான நிலைக்குக் கொண்டு செல்ல வேண்டும். பெற்றோர்கள் அதிக நேரத்தை குழந்தைகளுடன் செலவிடுவதினால் அவர்களை ஊக்குவிக்கவும் அவர்கள் மனநிலையைத் தெரிந்துகொள்ளவும் வாய்ப்பு ஏற்படுகிறது.

(d) நம்பிக்கைத் திறனை உறுதிப்படுத்தும் வினாக்கள்

உங்களது உயர்ந்த கோட்பாடுகளை, எண்ணங்களை எப்போதாவது குறித்து வைத்ததுண்டா?

நீங்கள் நிறைவேற்றிய காரியங்கள் உங்களுக்கு எவ்விதம் பயனுள்ளதாய் அமைந்தது?

உங்கள் நம்பிக்கையை யாராவது சவால் செய்தது உண்டா? அப்படியானால் அதை எவ்விதம் எதிர் கொண்டீர்கள்?

3.ஒழுக்கம்

(a) **சிறப்பம்சங்கள்**

இத்திறமையுடைய நபர்கள் மிகவும் சிறப்பான இடத்தில் காணப்படுவர். குறுகிய காலத்திற்குள் காரியங்களைச் செய்துமுடிக்க திட்டம் வகுப்பவர்கள். சில வேளைகளில் இவர்கள் வெளியே ஒழுங்குடையவர்களாகத் தோற்றமளிக்காவிட்டாலும் உள்மனதில் துல்லியமான ஒரு தீர்மானத்தை அமைத்துக் கொண்டுதான் இருப்பார்கள். தங்களை ஒரு கட்டுப்பாட்டிற்குள் வைத்திருப்பவர்கள் மற்றவர்களின் மனநிலைமை பாதிக்காதபடி நடந்து கொள்வார்கள்.

(b) **பெற்றோர் ஒழுக்கம் என்ற திறமையுடையவராக இருந்தால்**

உங்கள் குழந்தைகளும், குடும்பத்தினரும் வழக்கமாகக் கடைபிடிக்கும் ஒரு ஓழுங்கு திட்டத்தை உருவாக்கி, அவர்களுக்கு வாய்ப்பு தருதல் வேண்டும். குழப்பங்களும், நெருக்கடிகளும் சூழ்நிலைகளும் மிகவும் கோபமான நிலைக்கு எடுத்துச் செல்ல வாய்ப்பு உண்டு. எனவே குழந்தைகளுடன் சேர்ந்து ஒரே மனநிலையில் குடும்பமாகச் செயல்படுதல் வேண்டும். உங்களுடைய மனநிலைமைகள், திறன், ஒழுக்கம் இவற்றில் நீங்கள் எவ்வாறு சிறந்து விளங்குகிறீர்கள் ஏன்பதை குழந்தைகளும் புரிந்து கொண்டு உங்களுக்கு உதவ முன்வர- வேண்டும்.

(c) **குழந்தைகள் ஒழுக்கம் என்ற திறனை உடையவர்களாக இருந்தால்**

நமது பட்டியல் மூலமாக குழந்தைகள் செய்ய இருக்கின்ற விஷயங்களில் மாற்றங்கள் உருவாகும் போது, அவர்கள் தடுமாற வாய்ப்புண்டு. எனவே மாற்றங்கள் ஏற்படும் தருவாயில் அவற்றை முன்கூட்டியே அறிவித்தல் குழந்தைகளுக்குப் பயனுள்ளதாக இருக்கும். நம் குழந்தைகள் செய்யவேண்டிய காரியங்களைப் பட்டியலிடும்போது, எந்தக் காரியத்தை முதலில் செய்ய வேண்டும், எந்த காரியத்திற்கு அதிக நேரம் தேவைப்படுகிறது என்பதை குழந்தைகளுடன் கலந்து பேசி தீர்மானித்தல் வேண்டும்.

ஆசிரியர்களும், தேர்வு நாட்கள், வீட்டுப்பாடங்கள், கால அட்டவணைகள் இவற்றை வகுப்பில் முன் கூட்டியே அறிவித்தல் வேண்டும். இல்லையெனில் திறமை வாய்ந்த குழந்தைகளும்கூட பின்தங்கி, சோர்ந்து போக வாய்ப்புகள் உண்டு. முன்கூட்டியே காரியங்களைத் திட்டமிட்டு செயல்படும் வகுப்புகளில் குழந்தைகள் மிகச்சிறப்பாகச் செயல்படுவார்கள். குழந்தைகளிடம் தேர்வு நாட்கள், கால அட்டவணை, தேர்வுக்குரிய பாடத்திட்டங்கள் ஆகியவற்றை வகுப்பாசிரியரிடம் முன் கூட்டியே கேட்டுத் தெரிந்துகொள்ள அறிவுறுத்தவேண்டும்.

(d) **ஒழுக்கம் -இத்திறமையை உறுதிப்படுத்தும் சில கேள்விகள்**

உங்களுடைய நாட்களை எவ்வாறு திட்டமிட்டு, பட்டியலிட்டு ஒழுங்குபடுத்த நினைக்கிறீர்கள், உங்களுடைய நாட்கள் சிறப்பாய் அமைவதற்கு எந்த ஒழுங்குமுறையைப் பின்பற்றுகிறீர்கள்?

வேறு யாராவது, இந்த ஒழுங்குபடுத்துதல் திறனைப் புரிந்துகொள்ளும் படி வழிகாட்டியிருக்கிறீர்களா?

4.எதிர்கால நோக்குடையவர்

(a) **சிறப்பம்சங்கள்**

எப்போதுமே எதிர்காலத்தை மிக்க ஆவலோடு எதிர்பார்க்கின்றவர்கள். எதிர்காலம் இவர்களைக் கவர்ந்து இழுக்கக்கூடிய சக்தி உடையது. எல்லா குறிப்புகளும் உள்ளடங்கும்

விதத்தில் தங்கள் ஏதிர்காலத்தைத் தாங்களாகவே திட்டமிடும் தன்மை கொண்டவர்கள். ஒரு நல்ல எதிர்காலத்தை, ஒரு நல்ல வாழ்வை அமைக்க இந்தத் திட்டம் அவர்களை உந்திக்-கொண்டே இருக்கும். எத்தனை கசப்பான சூழல் ஏற்பட்டாலும், உடனிருப்பவர்கள் மிகக் கடினமாக நடத்தினாலும், தங்களுடைய எதிர்காலத்தை குறித்த எண்ணம் இவர்களை உறு-தியுடன் செயல்பட உதவும். பிறரையும் இம்மாதிரியான எதிர்கால நோக்கில் வழிநடத்தும் ஆர்வம் உடையவர்கள்.

(b) பெற்றோர் எதிர்கால நோக்குடையவர் திறனைப் பெற்றவராக இருந்தால்

குழந்தைகள் வளர்ந்து வரும் முன்னே, அவர்களைப் பற்றிய ஒரு சரியான தரிசனத்தை உருவாக்க வேண்டும்.

உங்கள் குழந்தைகள் சிறுவர்களாக இருந்த நாட்களில் உங்கள் மனதில் ஏற்பட்ட கனவு-கள், எதிர்பார்ப்புகள் குறித்து குழந்தைகளோடு பகிர்ந்து கொள்ள வேண்டும்.

உங்கள் குடும்பத்திற்காக சிறுவயதில் நீங்கள் கொண்டிருந்த கனவுகள், இன்றைக்கு அவைகள் எவ்விதம் நிறைவேறியது என்பதை பற்றியும் குழந்தைகள் மத்தியில் எடுத்துரைக்க வேண்டும்.

(c) குழந்தைகள் எதிர்கால நோக்குடையவராக இருந்தால்

வருங்காலத்தைப் பற்றி யோசிப்பதற்கு வாய்ப்பு தரவேண்டும். எதிர்காலத்தைப் பற்றி திட்-டமிடுவதினால் ஏற்படும் நன்மைகளைப் புரியவைக்க வேண்டும். வருங்காலத்திற்காக அவர்-கள் ஏற்படுத்துகின்ற கனவுகளைத் திரும்பத் திரும்ப நினைவுப்படுத்த வேண்டும். இது அவர்-களுடைய திட்டங்கள் நிறைவேற, அதற்கு நேராக எண்ணங்களை ஒருமுகப்படுத்த உதவி புரியும்.

தங்களுடைய எதிர்பார்ப்புகளைக் குடும்பத்தினர், நண்பர்கள், ஆசிரியர்களிடம் பகிர்ந்து கொள்ளுதல் சிறப்பு.

(d) எதிர்கால நோக்கினை உறுதிப்படுத்தும் சில வினாக்கள்

உங்களுடைய எதிர்கால நோக்கங்களைப் பிறரிடம் எப்போதாவது பகிர்ந்ததுண்டா? இன்-னும் ஐந்து வருடங்களில் உங்களுடைய கனவுகள் என்ன முடிவைப் பெற்றிருக்கும்?

5.சுய உத்தரவாதம்

(a) சிறப்பம்சங்கள்

இத்திறன் படைத்த நபர்கள் எப்போதுமே மனவலிமையுடன் செயல்படுபவர்கள். சரியான தீர்மானங்களை எடுத்து நேரான வழியில் தங்களை நடத்திச் செல்பவர்கள். மனதில் தன்னம்-பிக்கையுடையவர்கள். இத்திறன் படைத்தவர்கள் மட்டும்தான் அதிகாரப் பூர்வமான முடிவு-களுக்கு, தீர்மானங்களுக்கு ஒரு வலிமைகொடுக்கின்றவர்கள் என்று சொல்லலாம். இத்திறன் இவர்களிடம் இயல்பாகவே அமைந்தது. இவர்களைத் திசை திருப்ப யாராலும் முடியாது. தாங்கள் எடுத்த தீர்மானத்தையே இறுதியாக வைத்து செயல்படக்கூடியவர்கள். எந்தவித-மான எதிர்ப்புகளையும் எதிர்கொள்ளும் சக்தி வாய்ந்தவர்கள்.

(b) பெற்றோர் சுய உத்தரவாளராக இருந்தால்

தங்களுக்கு ஏற்பட்ட ஏமாற்றம், நெருக்கடி போன்ற சூழல்களைச் சமாளித்து எப்படி முன்னேறிச் செல்வது என்பதை குழந்தைகளுக்கு எடுத்துச் சொல்லுதல் வேண்டும். குழந்-தைகள் மீது அதிகக் கவனம் செலுத்துவதினாலும், அதிக நேரத்தைச் செலவிடுவதினாலும்

அவர்களுக்குள்ளும் இத்திறனை மேம்படுத்தலாம்.

நீங்கள் எடுக்கும் தீர்மானங்களைக் குழந்தைகளிடம் பகிர்ந்து கொள்ள வேண்டும்.

(c) குழந்தைகள் சுய உத்தரவாளர்களாக இருந்தால்

மன வேதனைக்குள்ளாகும் சூழ்நிலைகள் உருவாகும்போது, இந்த வலிமை (சுய உத்தரவாதம்) அவற்றை எதிர்கொள்ளவும், வழிகாட்டியாகவும் அமையும். நம்பிக்கை, ஐக்கியம் இவற்றுடன் மற்றவர்களோடு செயல்பட சமுதாயத்தில் அநேக மாற்றங்களை உருவாக்க இவர்களால் முடியும். பள்ளியில் பணிபுரியும் ஆசிரியர்களிடம் குழந்தைகளின் எதிர்பார்ப்புகளைப் பற்றி எடுத்துரைத்தல் நல்லது. இதுவும் அவர்களுக்கு மனத்திடனை உருவாக்கும்.

(d) சுய உத்தரவாதத்தை வலுப்படுத்தும் சில கேள்விகள்

1) உன்னுடைய பள்ளி மற்றும் நிறுவனங்களில் உங்களை எவ்விதம் பயன்படுத்துகிறார்கள்? நீங்கள் எவற்றைச் செய்யலாம் என்று மனவலிமை கொண்டுள்ளீர்கள்?

2) நீங்கள் விரும்பிய செயலில் ஈடுபடும்போது உங்களுக்கு ஏற்பட்ட கடினங்கள் எவை? அவற்றை மேற்கொள்ள உங்கள் மனத்திடன் எவ்வாறு செயல்பட்டது. வெற்றிப்பாதையைச் சென்றடைய நீங்கள் மேற்கொண்ட முயற்சிகள் எவை?

6. போட்டி மனப்பான்மை

(a) சிறப்பம்சங்கள்

இத்திறமையுடையவர்கள் எப்போதுமே முன்னேற்றப் பாதையை அளவிட்டு அதற்கு நேராக நடைபோடுகிறவர்கள் கண்டிப்பாகநான் வெற்றி பெறவேண்டும், முதலிடத்தை வகிக்க வேண்டும் என்ற போட்டி மனப்பான்மையுடையவர்கள். வெற்றியடையும் போது மிகுந்த மகிழ்ச்சியும், உற்சாகமும் அடைவார்கள். தங்கள் வெற்றியை மற்றவர்களோடு ஒப்பிட்டுப் பார்க்கும் குணம் உடையவர்கள். எப்போதும் வெற்றி பெறுவதற்கான ஒரு வழியைக் கண்டு கொண்டேயிருப்பார்கள்.

(b) பெற்றோர் போட்டி மனப்பான்மை உடையவர்களாக இருந்தால்

மற்றப் பெற்றோர்களுடன் தங்களை ஒப்பிட்டுப் பார்ப்பதினால் சில ஏற்றத் தாழ்வுகள் ஏற்பட வாய்ப்புண்டு.

போட்டி மனப்பான்மையானது நேர்மறையான எண்ணத்தோடும், கருத்தோடும் இருக்கவேண்டும்.

குழந்தைகளுக்கு ஒரு பயிற்சியாளராக, உறுதுணையாக நின்று, எவ்விதம் போட்டியிட்டு வெற்றி பெறுவது என்று ஆலோசனை வழங்கலாம்.

வீடுகளிலும், குழந்தைகளின் வயதிற்கேற்ப சிறு சிறு கடமைகளைச் செய்ய வாய்ப்பு தரலாம். இது குடும்ப அங்கத்தினர்களிடையே ஒரு போட்டி மனப்பான்மையை உருவாக்கி அவர்களை அச்செயலில் ஈடுபடச் செய்யும்.

(c) குழந்தைகள் போட்டி மனப்பான்மையுடையவராக இருப்பின்

வீட்டு வேலைகளை ஒரு போட்டியைப் போல, தாங்களாகவே அவ்வேலைகளைச் செய்து முடிக்கப் பழக்குவிக்க வேண்டும். வீட்டுக் கடமைகளைச் செய்யும்போது எத்தனை சதவீதம் என்பதைக் குறித்து குழந்தைகளுக்குள் ஒரு போட்டி மனப்பான்மையை உருவாக்கி நன்மையடையச் செய்யலாம். குழந்தைகளுடைய சவால்களில் அவர்கள் திறமையுடன் செயல்பட மதிப்பீடுளை வழங்கி, அறிவுரைகளையும் ஆலோசனைகளையும் தரலாம். தோல்விகளைச்

சந்திக்கும் நேரங்களில் குழந்தைகளிடம் எழும் மன எழுச்சிகளை அறிந்துகொண்டு அதற்கேற்றாற்போல் ஆலோசனை வழங்கி வழிநடத்த வேண்டும்.

(d) போட்டி மனப்பான்மையை உறுதிப்படுத்தும் சில வினாக்கள்

- எந்தப் போட்டியில் நீங்கள் செயல்பட்டுக் கொண்டிருக்கிறீர்கள்.
- நீங்கள் பங்குபெற்ற போட்டியில் வெற்றியடைந்தீர்களா?
- யாருடன், எவ்விதமாய்ப் போட்டியிட விரும்புகிறீர்கள்?

20

குழந்தைகளின் எதிர்காலம்

ரேச்சல் என்ற பெண்மணி அமெரிக்காவில் அரிசோனா என்னும் இடத்தில் தன் மூன்று பெண் குழந்தைகள் மற்றும் தன் ஒரே மகன் ஸ்டீவ்-உடன் வசித்து வந்தார். அக்குழந்தைகள் இப்பொழுது பெரியவர்களாக வளர்ந்துவிட்டனர். ஸ்டீவ், தன் பள்ளி நாட்களில் படிக்க இயலாத தன்மை (Dyslexia) உடையவனாய் இருந்தான். பல ஆண்டுகளாகியும் அந்நோயைக் குணமாக்க முடியவில்லை. இதனால் அவனால் நன்றாகப் படிக்க முடியாமல் போயிற்று. இதனிடையே அவனுடைய பெற்றோர்கள் விவாகரத்து பெற்றுக்கொண்டனர். ஸ்டீவினுடைய குறைபாடு என்னவெனில், கொடுக்கப்படும் வீட்டுப் பாடங்களை அவனால் செய்து முடிக்க முடியாது. கடமைகளைச் செய்வதிலும் ஆர்வக்குறைவு. வேலைக்குச் சென்றாலும் அவ்வேலையைப் பாதியிலேயே விட்டு விடுவான். சில நேரங்களில் அவ்வேலையை அவனுடைய தாயே முழுமையாகச் செய்து முடிக்க வேண்டிய சூழ்நிலை உருவானது.

சிலர் ஸ்டீவை கண்டிப்பாகப் படிக்க வைக்க வேண்டும் என்றும், அவன் செய்யும் வேலைகளை முழுமையாகச் செய்து முடிக்கப் பழக்குவிக்க வேண்டும் என்றும், ஆலோசனை வழங்கினர். ரேச்சல் தன்னுடைய மகனின் திறன் மற்றும் அடிப்படைத் தாலந்துகளைத் தெரிந்துகொண்டு அவற்றில் அவனை ஈடுபடுத்த முயற்சி செய்து வந்தாள். ஸ்டீவ் தனது 11-ஆம் வயதில் சாரண சாரணியர் இயக்கத்தில் புகைப்படம் எடுக்கும் பிரிவில் மிக்க ஆர்வமுடையவனாய் இருந்தான். மகனின் இத்திறமையை உணர்ந்து கொண்ட ரேச்சல் தன் மகனுக்கு மதிய உணவை ஆயத்தம் செய்து, மற்ற மாணவர்களையும் உடனழைத்துக் கொண்டு, அருகாமையிலுள்ள காடான ஒரு பகுதிக்குச் சென்று மாணவர்களுடன் சேர்ந்து திரைப்படம் எடுக்க உதவினாள். ஸ்டீவ் தனது 14-ஆம் வயதில் வீட்டிலேயே திரைப்படம் எடுக்கும் ஒரு நிலையை அடைகிறான். இந்நிலையில் ரேச்சல்; படிப்பில் கவனம் செலுத்த ஸ்டீவைத் திரும்பத் திரும்ப வற்புறுத்தியிருந்தால் அவனுடைய நிலைமை என்னவாய் அமைந்திருக்கும்?

வீட்டிலிருந்து தானே திரைப்படம் எடுக்கும் பணியில் ஸ்டீவ் ஈடுபடத் தொடங்கியதிலிருந்து கல்லாதவன் என்னும் நிலை மாறி, வெட்கம், தோல்வி போன்ற எதிர்மறையான எண்ணங்களிலிருந்து தன்னைத் தப்புவித்துக் கொண்டான்.

யார் யார் தங்களுடைய தாலந்துகளை அறிந்து அதைச் செயல்படுத்துகிறார்களோ அவர்களால் ஸ்டீவைப் போல வளர்ச்சிக்கான அடிப்படையான திட்டங்களை உருவாக்கி, வாழ்க்கையின் முன்னேற்றத்திற்கான பாதையில் பயணிக்க முடியும். குழந்தைகளின் சிறுபருவத்திலேயே அவர்களுடைய திறமைகளை ஊக்குவித்து உற்சாகமூட்டும்போது, அவர்கள் மனவலிமை தனித்துவம் பெற்று, பெருமை சேர்க்கக் கூடிய வாய்ப்புகள் தொடர்ச்சியாக அவர்கள் வாழ்வில் வந்து சேரும். எல்லாக் குழந்தைகளுக்கும் ஸ்டீவைப் போல திரைப்பட அந்தஸ்து பெறும் வாய்ப்பு இருப்பதில்லை. குழந்தைகளைக் கண்காணிப்புடன் ஆய்வு செய்து, அவர்களின் திறன்கள், வலிமைகள், தாலந்துகள் இவற்றைத் தொடர்ந்து கண்காணித்து வந்தால் வாழ்வில் பெரும் மாற்றத்தை நாம் காண முடியும். குழந்தைகளின் எதிர்காலத்தைத் திட்டமாக வரையறுத்துச் சொல்ல இயலாது. இருப்பினும் அவர்களின் எதிர்காலத்தைப் படிப்படியாக உருவாக்கம் செய்ய நம்மால் இயலும். மனிதர்கள் உள்மன வேறுபாடு நிறைந்தவர்கள். நாம் குழந்தைகளை வழிநடத்தும் முறைகள் சரிதானா என்ற ஏக்கம் நம்மில் எழலாம். குழந்தைகளின் திறனைக் கண்டறிந்து, அவர்களின் தாலந்துகளுக்கு முன்னுரிமை அளிக்கும்போது அவர்கள் தங்கள் திறமைகளை மகிழ்ச்சியுடன் வெளிப்படுத்த வாய்ப்புகள் உண்டு.

தாலந்துகளுக்கு கவனம் செலுத்துதல்

வில்லியம் என்பவர் இளைஞர்களை உருவாக்கும் தாலந்துகள் என்னும் புத்தகத்தில் 'மனிதனின் சிறந்து விளங்கும் தாலந்துகள் பொதுவாக மனிதரால் கண்டறியப்பட்டு ஆரம்பப் பள்ளிகளிலேயே அதை வளர்த்துக் கொள்ள முடிகிறது' என்று கூறுகிறார். இதனால் மாணவர்கள், எடுத்துக்காட்டாக, விளையாட்டு வீரர்கள், இசைக்கருவி மீட்டுதல், கணிதத்தில் மிகச் சிறப்பானவர்கள் எனப் பல நிலைகளில் மக்கள் மத்தியில் ஒரு தலைச்சிறந்த அந்தஸ்தை அடைகிறார்கள். சில மாணவர்கள் எந்த சிறப்பான பண்பும் இல்லாமல் பின்தங்கிய நிலையில் இருப்பதாக அறியப்படுகிறார்கள். குழந்தைகளின் தாலந்து, திறன்களைக் கண்டறிவதன் மூலம் அவர்களை உருவாக்குபவர், பொறுப்புடையவர், நகைச்சுவைத் தன்மையுடையவர், நல்லொழுக்கமுடையவர், எதையும் செய்ய தானாக முன்வருபவர், கடின உழைப்பு என தரம் பிரித்து, இனம் கண்டறிந்து கொள்வது மிகச் சிறந்தது.

குழந்தைகளின் பலவீனங்கள், குறைகள் இவற்றைக் கண்டறிதல் எளிதான விஷயம். பள்ளியும் பெற்றோரும் குழந்தைகள் எல்லாத் துறைகளிலும் தலைசிறந்தவர்களாக, முன்னுரிமை உடையவர்களாக விளங்க வேண்டும் என்ற நோக்கத்துடன் செயல்படுகின்றனர். சரியான விதிமுறை என்னவெனில் குழந்தையின் போக்கை அறிந்து, அவர்கள் முன்னேற்றத்தைக் கருத்திற்கொண்டு தொடர்ந்து ஆய்வு செய்வதினால் அடிப்படைத் திறன்களையும், தாலந்துகளையும் கண்டறிந்து ஊக்குவிக்க முடியும்.

உலகளவில் தலைசிறந்த ஆளுநர் ஒருவர் இருந்தார். அவர் பள்ளி நாட்களில் பல துன்பங்களை அனுபவித்தார். காரணம் அதிகக் கவனம் செலுத்தக் கூடாத ஒரு குறை அவருக்கு இருந்தது. எளிதில் உணர்ச்சிவசப்படக்கூடியவர். கல்லூரி நாட்களில் பல இன்னல்களை இதனால் அனுபவித்துள்ளார். பல பாடங்களில் தோல்வியுற்றார். கல்லூரியில் பேராசிரியர் என்ன பேசுகிறார் என்பதை அவரால் புரிந்துகொள்ள முடியவில்லை. இலகுவான பாடங்களில் வெற்றி பெற்று கடினமான பாடங்களில் தோல்வியையே அடைந்தி-

ருந்தார். அவருடைய தகப்பனார் இவரிடம் வியாபாரத்துறையில் ஒரு ஈர்ப்பு இருக்கும் திறமையை அறிந்திருந்தார். தன் தகப்பனாரோடு தன்னுடைய குறைபாடுகளையும், தாலந்துகளையும் எடுத்துக்கூறினார். தந்தையின் அறிவுரைப்படி ஒலி நாடாக்களை விற்பனை செய்யும் பணியில் தன்னை ஈடுபடுத்திக்கொண்டார். திட்டமிடுதல், போட்டியாளர், இயக்குவிப்பவர், தூண்டி தன்பால் இழுப்பவர், எண்ணம் ஆகிய ஐந்து திறன்களில் எதிர்கால நோக்குடையவராய்த் திகழ்ந்தார். வியாபாரம் செய்வது என்ற கனவின் ஒரு பகுதி நிஜமானது. அவருடைய நண்பருடன் சேர்ந்து ஐந்தாயிரம் டாலர் கடன் பெற்று ஒரு கம்பெனி தொடங்கினார். இந்த நிறுவனம் உலகளவில் பிரசித்தி பெற்று, செல்வம் கொழிக்கின்றதாய் இன்று திகழ்கிறது. அவருடைய தகப்பனாரின் ஆலோசனை சமயத்திற்கேற்ற உதவியாய் மாறியது. இல்லையெனில் கல்லூரிப் படிப்பை பாதியிலேயே நிறுத்திவிட்டு தோல்வியையே சார்ந்திருப்பேன் என்று தன் வெற்றியின் அனுபவத்தைப் பகிர்ந்து கொள்கிறார்.

டேனியல் ஓவியனாக மாறியிருக்க முடியாது

டேனியல் பன்னிரெண்டு வயது சிறுவன். அவனுடைய தாய் விவியன். தந்தை ஜாண். டேனியலின் பார்வை நரம்பில் ஒரு கட்டி உருவாகி இருப்பதை மருத்துவர் கண்டுபிடித்தார். இதன் காரணமாக கதிர்வீச்சு, ஹீமோ தெரபி போன்ற சிகிச்சை முறைகளுக்கு ஆளாக்கப் பட்டான். நண்பர்களும், குடும்பத்தினரும் அவனைப் பார்க்க வரத்தொடங்கினர். தலையில் முடியே இல்லாமல் காணப்பட்ட டேனியலைப் பார்க்க வந்தவர்களுக்கு ஒரே பரிதாபம். டேனியலின் மனதிலும் துக்கம். அவனுடைய துக்கத்தை மாற்ற அவனது தாய் விவியன் படங்கள் வரைவதற்கான அட்டைகளை ஒரே அளவில் வெட்டி, அத்துடன் பலநிற எழுதுகோல்கள் மற்றும் தேவையான உபகரணங்களையும் அவனருகே வைத்தார். டேனியலைக் காணவருபவர்கள் அவனுடன் செலவு செய்யும் நேரத்தில் அந்த அட்டைகளில் வண்ணம் தீட்டி மகிழ்ச்சியாயிருப்பது வழக்கம். அதில் கலைவண்ணம் நிறைந்த சிலவற்றை டேனியலின் தாய் தேர்ந்தெடுத்துவிட்டு மற்றவற்றைக் கிழித்துப்போட்டாள். சில நாட்களுக்குப் பின் அவள் கிழித்துப்போட்ட அந்த அட்டைகளை எடுத்துப் பார்த்தபோது அவை டேனியல் வண்ணம் தீட்டிய அட்டைகளாக இருந்தது. அதுவரையிலும் ஓவியத் தாலந்து அவனுக்குள் இருக்கிறது என்பதை அவனுடைய பெற்றோர் அறியவில்லை. சில மாதங்களுக்குப்பின் டேனியல், சற்று குணமடையத் தொடங்கியபோது, அவன் தன் பெற்றோரிடம் ஒரு சிறிய கடை தொடங்க வேண்டுமென வேண்டுகோள் விடுத்தான். அவனுடைய வேண்டுகோளுக்கிணங்க அவனுடைய பெற்றோர் ஒரு கடையை அமைத்து கொடுத்தனர். அக்கடையில் டேனியல், தான் வரைந்த அட்டைப்படங்களை விற்பனை செய்ய முன் வந்தான். மக்களும் அந்த அட்டைகளை அதிகம் விரும்பியது மட்டுமல்லாமல் பணம் கொடுத்து அதை வாங்கவும் முன் வந்தனர். இறுதியில் அவன் பதினைந்தாயிரம் டாலர் பணத்திற்கு அந்த அட்டைகளை விற்பனை செய்திருந்தான். சில காலத்திற்குப் பின் டேனியலின் தகப்பனார் ஒரு நேர்முகக் காணலில் 'டேனியல் ஒரு ஓவியன் அவனிடம் அந்தத் தாலந்து இருந்தது தான் வியந்து போன காரியம்' என்று கூறினார். டேனியல் சேகரித்த பதினைந்தாயிரம் டாலர்களில் மூன்றில் ஒரு பங்கை அவனுக்காகவும், ஒரு பங்கை சேமிப்பாகவும், மீதமான ஒரு பகுதி தொண்டு நிறுவனத்திற்காகவும் பிரித்து அதைச் செலவு செய்தனர்.

அவனுடைய இந்தக் கலைத்திறனை வலிமைப்படுத்தும் விதத்தில் வீட்டின் ஒரு பகுதியில் அவனுக்குத் தேவையான வண்ணங்கள் மற்றும் தேவையான அனைத்தையும் அமைத்துத் தந்தனர். அவன் தனது தாலந்தின் மூலமாக ஓவியங்களை உருவாக்கி முடித்தான். கிடைத்த வருமானத்தில் சுமார் ஒரு மில்லியன் டாலர் தொண்டு நிறுவனங்களுக்குச் செலவு செய்தான். இதைக் கேட்கின்ற நமக்கு எளிதாகத் தோன்றினாலும், அவனது பெற்றோர் பற்பல இடையூறுகளைத் தாண்டி வர பல பிரயாசங்களை மேற்கொண்டனர்.

டேனியிடம் இருந்த பெலவீனம் என்னவென்றால் அவன் பள்ளியில், பாடங்களில் கவனம் செலுத்த இயலாமை ஆகும். இதனை ADD (Attention Deficience Disorder) என்று கூறுவர். டேனியலின் தாய்க்குத் திட்டமிட்டு செயல்படும் திறனும், அதனை எழுதி வடிவமைத்து வைக்கும் பழக்கமும் இருந்து வந்தது. இதனைப் பயன்படுத்தும் வகையில் தன் மகன் டேனியையும் இணைத்துக் கொண்டாள். அன்றாடப் பணிகள், செயல்படுத்த வேண்டிய செயல்திட்டங்கள் இவற்றினைப் புள்ளிவிவரமாக எழுதி,அந்தப் படிவங்களைத் தொங்க விடுவாள். இது மகன் டேனியலுக்கு ஒரு ஊட்டச்சத்தாகவும், உற்சாகமூட்டுவதாகவும் அமைந்தது. இவ்வாறு செய்வதினால் கவனம் செலுத்த இயலாத அந்தப் பலவீனத்தை சிறிது சிறிதாக வெற்றிகாண முடிந்தது. மேலும் டேனியலிடம் இருந்த மற்றொரு சவால், அவனுடைய பார்வை நரம்பில் உருவான கட்டியினால் ஒரு கண் பார்வை இழந்தது ஆகும். இதில் நாம் அறிந்துக் கொள்ள வேண்டியது அந்நாள் வரையிலும் உருவாக்கி, விற்பனை செய்த வண்ண அட்டைகள் யாவும் சரியான பார்வையற்ற ஒரு சிறுவன் உருவாக்கியது என்பதே. பெற்றோர்களின் செயலாக்கமும், ஊக்க உணர்வுகளும், தளராத முயற்சிகளுமே பெலவீனங்களைத் தாண்டி, வெற்றிப்பாதைக்கு நேராக அழைத்துச் செல்கிறது. குழந்தைகளுக்கு எது தேவையோ அதை மட்டும் தர வேண்டும். பொதுவாக குழந்தைகள் தங்களால் இயன்ற, விருப்பமான தாலந்துகளின் சிறப்பிலே ஈடுபாடு கொண்டு செயல்பட்டு வருகின்றனர் என்பது நாம் அறிந்ததே. குழந்தைகள் விரும்பாத திறமைகளை நாம் திணிக்க முயல்வது தவறு. குழந்தைகளின் ஈடுபாட்டில் பெற்றோர் கவனம் செலுத்துவதை குழந்தைகளும் அறிந்திருக்கும் போது மிகப்பெரிய மாற்றங்களை நாம் குழந்தைகளில் காணமுடியும். குழந்தைகள் மிகச் சிறந்தவர்களாக மாறுவதை பெற்றோர்களாகிய நாம் கண்டுகொள்ள முடியும்.

செல்வனுடைய பெற்றோருக்கு ஒன்பது குழந்தைகள். செல்வன் ஒன்பது குழந்தைகளில் ஒருவன். செல்வனுடைய தாய் தங்கள் குடும்ப நிலையினை குழந்தைகளுடன் பகிர்ந்துகொள்வாள். குழந்தைகள் மீது கவனம் செலுத்துவாள். அது மட்டுமல்ல, செல்வனுடைய பெற்றோருக்குக் குழந்தைகளுக்குத் தேவையான உணவு, உடை மற்றும் அவர்களின் அடிப்படைத் தேவைகளை குறித்த கவலை இயல்பாகவே இருந்து வந்தது. செல்வனுடைய பெற்றோர்கள் தங்கள் ஊரில் நடைபெறும் இசை நிகழ்ச்சிகள் மற்றும் விளையாட்டுப் போட்டிகளுக்கு குழந்தைகளை அழைத்துச் சென்று, பங்கேற்கச் செய்வது வழக்கம். அவர்களுடைய ஒன்பது குழந்தைகளில் ஏழு குழந்தைகள் எல்லா விளையாட்டுக்களையும் கற்றுக் கொண்டார்கள். அவர்களிடம் போதுமான விளையாட்டுக் கருவிகள் இல்லையென்றாலும் போட்டியில் கலந்து கொண்டு பரிசு பெறாமல் திரும்பியதே இல்லை.

செல்வனுடைய பெற்றோர் எப்படி தங்கள் கவனத்தைக் குழந்தைகள் மீது செலுத்தியிருக்கக் கூடும் என்ற வியப்பு நமக்குத் தோன்றுவது உண்டு. இந்தப் பெற்றோர் தங்கள் குழந்தைகள் படிப்பில் 'சி' கிரேடு வாங்கினால் போதும், இல்லையெனில் அவர்கள் விளையாட்டுக்கு அனுப்பப்பட மாட்டார்கள் என அறிவுறுத்தியிருந்தார்கள். ஆசிரியர்களைப் பற்றியோ, விளையாட்டுப் பயிற்சியாளர்களைப் பற்றியோ அக்கறை கொள்ளவில்லை. குழந்தைகள் தானாகவே பயிற்சி எடுக்கவேண்டும், பழக வேண்டும், முன்னேற வேண்டும் என்பதே அவர்களின் கோட்பாடாக இருந்தது. செல்வனுக்குத் தன் பெற்றோர் தானாகவே தேர்ந்தெடுக்கும் ஒரு வாய்ப்பினை அளித்தது மிக்க மகிழ்ச்சியாயிருந்தது. ஆசிரியர்களிடமும், பயிற்சியாளர்களிடமும் உதவி தேடுதல், பெற்றோர்களின் அனுதாபம் போன்றவை செல்வனுக்குத் தரப்படவில்லை. இருப்பினும் அவனது குடும்பம் அவனுக்கு வருங்கால நிர்வாகியாக மாறும் ஒரு பண்பைப் பழக்கப்படுத்தியது. இது அவனுடைய தாலந்தின் அடிப்படையில் உருவாக்கம் பெற்றது.

குழந்தையின் வளரும் பருவத்தில் வித்தியாசத்தைத் தருவது எது?

நடுத்தரப் பள்ளியில் பயிலும் மாணவர்கள் பற்றிய ஓர் ஆய்வில் குழந்தைகளின் வளரும் பருவத்தில் வித்தியாசத்தைத் தரக்கூடிய காரணிகள் சிலவற்றைக் கண்டறிந்துள்ளனர். அவை;

1. குழந்தைகளின் செயல்பாடுகள்
2. பெற்றோர்களின் தனிப்பட்ட கவனம், குழந்தைகளின் மேல் காணப்பட்ட நேர்மறையான ஒரு நோக்கு.
3. குழந்தைகளை ஊக்குவிக்கும் ஒரு பண்பு

இதற்கு 92% பெற்றோர்களால் தரப்பட்ட விளக்கங்கள் ஆறு விதமான தலைப்புகளின் கீழ் கொடுக்கப்பட்டுள்ளது.

1. திசை நோக்கு
2. செலவு செய்யும் நேரத்தின் தரம்
3. குழந்தைகளின் வெற்றியைக் கொண்டாடுதல்
4. குழந்தைகளை கௌரவித்தல்
5. மன அளவில் ஆதரவு தருதல்
6. அமைப்பு

1. திசைநோக்கு

பெற்றோர்கள், குழந்தைகளின் எதிர்பார்ப்புகளை வார்த்தைகளால் பகிர்ந்து கொண்டு வழிகாட்டுதல், குழந்தைகளுக்குத் தரமான கல்வி கிடைக்க உதவுதல், குழந்தைகளின் திறனுக்கேற்ப அவர்களை ஊக்குவித்து அவர்களில் கடின உழைப்பின் முக்கியத்துவத்தை வலியுறுத்துதல், தேவைப்படும் போதெல்லாம் ஆதரவு அளித்தல் மிக அவசியம்.

2. செலவு செய்யும் நேரத்தின் தரம்

பெற்றோர்கள் தங்களது நேரங்களை, குழந்தைகள் கற்றுக் கொள்ளவும், உழைக்கும் தருணங்களிலும் செலவு செய்ய முன்வர வேண்டும். உதாரணமாக வீட்டுப்பாடங்கள் செய்யும் போது அருகிலிருந்து உதவி செய்தல், தனிப்பட்ட விதத்தில் குழந்தைகளோடு நேரத்தைச் செலவு செய்தல், குழந்தைகளோடு விளையாடுதல், புத்தகங்களை வாசித்தல், அவர்களோடு

உரையாடுதல், குழந்தைகளோடு தனியாக அமர்ந்திருக்கும் போது, குழந்தைகள் எதைக் குறித்துப் பேச முன் வருகிறார்கள் என்பதைக் கருத்திற்கொண்டு அதைப்பற்றி விவாதித்தல் வேண்டும்.

3. குழந்தைகளின் வெற்றியைக் கொண்டாடுதல்

பெற்றோர்கள் திட்டமிட்டு, குழந்தைகளின் வளர்ச்சியில், ஈடுபாடுகளில், சிறு சிறு விஷ-யங்களில் அவர்களின் அனுபவங்களை நேர்மறையான அனுபவங்களோடு கொண்டாட-வேண்டும். குழந்தைகளின் சிறு வயதிலிருந்தே இவ்விதமான நிகழ்வுகளை அடிக்கடி அவர்-களுக்கு உருவாக்கித் தரவேண்டும்.

4. கௌரவிப்பது

பெற்றோர்கள் குழந்தைகளுக்குப் பாராட்டுக்கள் அளித்து, அவர்கள் வெற்றிநடைபோடும் தருணங்களில் அவர்களைக் கௌரவப்படுத்தி, வெகுமதிகளைக் கொடுப்பதில் தவறுதல் கூடாது. இது குழந்தைகளை முன்னேற்றத்தில் கொண்டு நிறுத்தும் என்பதில் சந்தேகமில்லை.

5. மனதளவில் ஆறுதல் தருதல்

பெற்றோர்கள் குழந்தைகளின் மனவளர்ச்சி, உடல் வளர்ச்சி இவற்றைக் கருத்திற்-கொண்டு அவர்களுக்குத் தனிப்பட்ட விதத்தில் உதவி செய்ய வேண்டும். உதாரணமாக குழந்தைகள் விளையாட்டுகளில் பங்கேற்கும் பொழுது, அவர்களை நாம் வியந்து பாராட்டி மகிழ்ச்சியுறச் செய்ய வேண்டும். இவ்வாறு செய்யும் போது குழந்தைகள் தங்கள் அன்பை இயற்கையான முறையில் பெற்றோர்களிடம் வெளிப்படுத்த முடியும்.

6. அமைப்பு

குழந்தைகள் சில தருணங்களில் ஏதாவது தவறு செய்யும்போது, பெற்றோர்கள் அந்தச் சமயங்களில் எது சரி, தவறு என்பதை சுட்டிக்காட்டும் விதத்தில் உரையாட வேண்டும். செய்யும் செயல்களை அழகாகவும், சரியாகவும், ஒழுங்காகவும் செய்ய முக்கியத்துவம் அளித்தல் வேண்டும். குழந்தைகளுக்கு வாய்ப்புகளை அளித்து, அவர்களுடைய கடமை-களை ஒழுங்காகச் செய்ய பெற்றோர்கள் முன் வர வேண்டும். குழந்தைகளின் இலக்குகளை-யும், திட்டங்களையும் முன்னேற்றமடையும் விதத்தில் உதவி செய்து, அவர்கள் கடமையைச் செயல்படுத்துவதில் ஒரு திட்டத்தை வடிவமைத்துக் கொடுக்கவேண்டும்.

செல்வனுடைய பெற்றோர்கள் மேற்கூறிய முறைகளைப் பற்றி அறிந்திருக்கவில்லை. ஆயினும் செல்வன் தனது பெற்றோர்களின் வளர்ப்பு முறையினைப் பற்றி பட்டியலிட்டுக் கூறிவிடுவான். அவனுடைய தாய் தனது ஒன்பது குழந்தைகளையும் சொற்ப வருமானத்தி-லேயே, நல்ல திறனுடைய குழந்தைகளாக உருவாக்க முடிந்தது. தன்னுடைய குழந்தைக-ளைச் சரியான முறையில் வளர்க்கவில்லை என்று அவர்கள் நினைத்திருக்ககூடும்.

முடிவுரை

ஆயுசு நாட்கள் எழுபது வருஷம். பலத்தின் மிகுதியால் எண்பது வருஷ-மாயிருந்தாலும் அதின் மேன்மையானது வருத்தமும் சஞ்சலமுமே. மனிதனு-டைய ஆயுசுநாட்கள் மிகவும் குறுகினதாய் இருக்கிறது. ஏவ்வளவு நாட்கள் இப்பூமியில் வாழ்ந்தோம் என்பது முக்கியமல்ல. எப்படி வாழ்ந்தோம் என்-பதே முக்கியம். இவ்வுலகில் நாம் ஜீவிக்கும் நாட்கள் தேவனுக்கு பிரியமான-தாய், அவருடைய ராஜ்யத்திற்காய் இருக்கவேண்டும். ஆவியின் கனிகளில் முதன்மையானது அன்பு. இயேசு சிலுவையில் மொழிந்த முதல் வார்த்தை மன்னிப்பு. இயேசு நம்மில் அன்பு கூர்ந்தபடியினாலே அவரை கிருபா-தார பலியாக சிலுவையில் ஒப்புக்கொடுத்தார். பல பல பாஷைகளை நாம் படித்தறிந்தாலும் நம்மில் அன்பு இல்லையென்றால் அதில் எந்த பயனும் இல்லை. ஆகவே நம்முடைய அன்பு மாயமற்றதாய் இருப்பதாக. வெறுப்பது யாராக இருப்பினும் நேசிப்பது நாமாகத்தான் இருக்கவேண்டும். பெற்றோர்க-ளாகிய நம்முடைய ஜீவியம் குழந்தைகளுக்கு முன்மாதிரியாக இருந்தால்தான் நம்மிடமிருந்து அநேக நல்லக்காரியங்களை குழந்தைகள் கற்றுக்கொள்ள-முடியும். நாம் பெற்றோராக மட்டுமின்றி நல்ல ஆசிரியராக, நண்பர்க-ளாக இருக்க வேண்டும். நாம் பேசுகின்ற ஒவ்வொரு வார்த்தைகளுக்கும் தேவனிடத்தில் கணக்கு ஒப்புவிக்கவேண்டும். ஆகவே நம்முடைய வார்த்-தைகள் பிறரை காயப்படுத்துகிற வார்த்தைகளாக இருக்கக்கூடாது. குணப்ப-டுத்துகின்ற வார்த்தைகளாகவே இருக்கவேண்டும். நம்முடைய வார்த்தைகள், செயல்களின் மூலமாக பிசாசானவன் நம்மைப் பாவம் செய்யத் தூண்டு-கிறான்.நம்முடைய ஆவி, ஆத்துமா, சரீரத்தை பரிசுத்தமாகக் காத்துக்-கொள்வோம். நாட்கள் பொல்லாதவைகளானபடியால் காலத்தைப் பிரயோ-ஜனப்படுத்திக் கொள்வோம். நல்லதொரு எதிர்காலத்தை குழந்தைகளுக்கென உருவாக்குவோம்.

நன்றி.

வாசிப்பதற்கென பரிந்துரைக்கப்பட்ட புத்தகங்கள்

இப்பட்டியலில் கொடுக்கப்பட்டுள்ள புத்தகங்கள் யாவும் விரும்பி வாசிக்கப்படக்கூடியதும், நண்பர்கள் பலரால் பரிந்துரைக்கப்பட்டதுமாகும். இப்புத்தகங்கள் அனைத்துமே என் வாழ்வில் ஒரு பெரிய மாற்றத்தையும், பரிபூரணமான ஆசீர்வாதத்தையும், கடினமான நேரங்களில் உதவிபுரிந்ததுமாகும். உங்களுக்கும் இவைகள் ஆசீர்வாதமாய் இருக்கும் என நம்புகிறேன்.

1. ஆவிக்குரிய யுத்தத்தின் வழி - சகரியாஸ் டேனிஃபோமம்
2. கர்த்தர் எனக்குச் செய்த மகத்துவங்கள் - ஆனி பூணன்
3. நிலையற்ற உலகில் நிலையாக வாழ்வது எப்படி? - பெனிட்டா பிரான்சிஸ் கெம்னிட்ஸ்
4. உன் வாழ்வைத் திருட விடாதே - னிட்டா பிரான்சிஸ் கெம்னிட்ஸ்
5. நோயற்ற வாழ்வே குறைவற்ற செல்வம்- பெனிட்டா பிரான்சிஸ் கெம்னிட்ஸ்
6. உங்கள் மூளைத்திறனை முன்னேற்றுவது எப்படி?
7. மன்னித்தல் - பெந்தெகொஸ்தே சபை, சென்னை
8. தெய்வீக சுகத்தைப் பற்றிய உபதேசங்கள் - பெந்தெகொஸ்தே சபை, சென்னை
9. ஜெபத் தாழ்மையும், தூய்மையும் (ரூத்தின் சரித்திரம்) - பெந்தெகொஸ்தே சபை, சென்னை
10. குழந்தைகள் வளர்ப்பு முறைக்கு அடிப்படையான பெற்றோரின் வலிமைகள் - கேலப் பதிப்பகம், நியூயார்க்.

http :// www.psychologytoday.com/blog/cupids -poisoned-arrow/201307/porn-problems-here-come-the-women

http : // www.psychologytoday.com / blog / cuids-poisoned-arrow/201107/porn-induced-Sexual-sysfunction-growing-problem

http : // nsbnews.net / content / 409829 - sexual dysfunction-escalating-price-abusing-porn

https : // www.faithwire.com / 2019 / 07 / 22 / ravi-zachaias-exlains-why-we-cannot-know-what-is-good-without-god/

http : // godreports.com / 2014 / 05 / missionary-died-thinking-he-was-a-failure-84-years-later-thriving-churches-found-hidden-in-the-jungle /

https : // www.cbs news.com / news / unhealthy-kids-shorter-lives /

http : // www.diabetesincontrol.com / baby-boomers - first - generation- with - shorter - life - spans - than- their - parents /

https : // www.dailysignal.com / 2017 / 06 / 27 / new - law - canada - remove - kids - parents - reject -transgender - ideology /

Eileen Barker - Unlock The Healing Power Of Forgiveness, Published in copying with Cancer Magazine,January / February 2018

John Piper - Job - The Revelation Of God In Suffering - Desiring God

(https : // www.desir ingod.com) July 28, 1985

David Guzik - The Book of Acts Enduring word (https : // enduringword.com) 2018.

1. http://www.mentalhealth.org.uk/help-information/mental-health-statistics/suicide/
2. http://gamapserver.who.int/map Library/Files/Maps/ Global_As suicide_rates_both sexes_2012.pag?ua=1

www.ingramcontent.com/pod-product-compliance
Ingram Content Group UK Ltd.
Pitfield, Milton Keynes, MK11 3LW, UK
UKHW021916190726
13853UKWH00002B/694

9 798888 830017